कुटुंबनियोजन
कार्याची ६० वर्षे

कुटुंबनियोजन कार्याची ६० वर्षे

ज.शं.आपटे

डायमंड पब्लिकेशन्स

कुटुंबनियोजन कार्याची ६० वर्षे
ज.शं.आपटे
Kutumbniyojan karyachi sath warshe
J. S. Apte

प्रथम आवृत्ती : २०१२

ISBN 978-81-8483-449-9

© डायमंड पब्लिकेशन्स, पुणे

मुखपृष्ठ
शाम भालेकर

प्रकाशक
डायमंड पब्लिकेशन्स
१२५५ सदाशिव पेठ
लेले संकुल, पहिला मजला
निंबाळकर तालमीसमोर, पुणे ४११ ०३०.
☎ ०२० - २४४५२३८७, २४४६६६४२

diamondpublications@vsnl.net
www.diamondbookspune.com

प्रमुख वितरक
डायमंड बुक डेपो
६६१ नारायण पेठ, अप्पा बळवंत चौक
पुणे ४११ ०३०.

☎ ०२० - २४४८०६७७

फॅमिली प्लॅनिंग असोसिएशनच्या संस्थापक-अध्यक्ष श्रीमती धनवंती रामाराव, मानद चिटणीस व अध्यक्ष आवाबाई वाडीया, प्रधान कार्यालय व शाखांमधील असंख्य स्वयंसेवी कार्यकर्ते, वैद्यकीय, निमवैद्यकीय क्षेत्रातील कर्मचारी यांच्या अमोल कामगिरीबद्दल कृतज्ञतापूर्वक अभिवादन.

ज. शं. आपटे

मनोगत

१५ ऑगस्ट १९४७ रोजी भारत स्वतंत्र झाल्यानंतर देशात अनेक प्रकारच्या विकासाचे कल्याणकारी कार्यक्रम, योजना, प्रकल्प सुरू झाले. देशाची लोकसंख्या तेव्हा अंदाजे ३६ कोटी होती. ह्या प्रचंड लोकसंख्येची प्रगती हे फार मोठे आव्हान होते. शेती, उद्योग, आरोग्य शिक्षण, निवारा आदी सर्वच क्षेत्रात विकासाचे प्रकल्प, योजना, पंचवार्षिक योजनांद्वारे आखल्या जाऊन त्यांची अंमलबजावणी व्हायची होती. स्वातंत्र्यपूर्व काळात शिक्षण, आरोग्य, सहकार क्षेत्रात स्वयंसेवी संस्थांनी भारताच्या अनेक राज्यात खेडे, तालुका, जिल्हा पातळीवर सातत्याने काम सुरू केले. स्वातंत्र्यानंतरही सारे विकासाचे काम सरकारने करावे असे जनसामान्यांना वाटत असले तरी स्वयंसेवी संस्थांना महत्त्वाची भूमिका कामगिरी पार पाडायची होती.

मार्च १९५०मध्ये भारत सरकारने नियोजन मंडळाची नेमणूक केली. फॅमिली प्लॅनिंग असोसिएशनची स्थापना २३ जुलै १९४९ रोजी झाली. संस्थेच्या संस्थापक अध्यक्ष श्रीमती धनवंती रामाराव व मानद चिटणीस श्रीमती आवाबाई वाडिया व त्यांचे इतर सहकारी कुटुंबनियोजन प्रसारासाठी जोमाने प्रयत्न करीत होते. असोसिएशनने नियोजन मंडळास कुटुंबनियोजन कार्यक्रम शासकीय पातळीवर राबविण्यासाठीची निकड प्रतिपादन करणारे एक निवेदन (मेमोरँडम) पाठविले. नियोजन मंडळाने त्याची दखल घेऊन श्रीमती धनवंती रामाराव ह्यांना आरोग्य सल्लागार समितीवर व श्रीमती आवाबाई वाडिया ह्यांना समाजकल्याण सल्लागार समितीवर नियुक्त केले. अशा रीतीने शासकीय कुटुंबनियोजन कार्यक्रमात असोसिएशन ह्या स्वयंसेवी संस्थेचा सहभाग अगदी नियोजन मंडळाच्या प्रारंभापासूनचा होता हे महत्त्वाचे. कुटुंबनियोजन कार्यक्रम शासकीय पातळीवर अंमलात आणणारा भारत हा पहिलाच देश आणि त्या कार्यक्रमात कृतिशील सहभाग घेणारी असोसिएशन ही पहिलीच देशपातळीवर काम करणारी स्वयंसेवी संस्था होय.

असोसिएशनचे काम जुलै १९४९ मध्ये सुरू झाल्यानंतर ते १९६४ पर्यंत देशातील काही राज्यात नवीन शाखांमार्फत हळूहळू वाढत गेले. २९ नोव्हेंबर १९५२ रोजी मुंबईत 'इंटरनॅशनल प्लॅनड् पेरेंटहूड फेडरेशन' या आंतरराष्ट्रीय पातळीवरील

स्वयंसेवी संस्थेची स्थापना झाली. फेडरेशनच्या अर्धशतकी कामासंबंधी व असोसिएशनच्या ५० वर्षांच्या कार्यासंबंधी विवेचन दोन स्वतंत्र प्रकरणांमध्ये प्रस्तुत पुस्तकात केले आहे. १९६०च्या दशकात मुंबईत व इतर शहरात औद्योगिक कामगारांमध्ये कुटुंबनियोजनाचा प्रसार व स्वीकार व्हावा म्हणून गिरण्यांमध्ये, कारखान्यांमध्ये कार्यक्रम हाती घेण्यात आले. ह्यासंबंधीही माहिती ह्या पुस्तकात आहे. ह्याच दशकात लोकसंख्या शिक्षण कार्यक्रम, शैक्षणिक संस्थांमध्ये छोट्या प्रमाणावर हाती घेण्यात आले. यासंबंधीच्या प्रयत्नांची, उपक्रमांची माहिती व विवेचन विस्ताराने देण्यात आले आहे. १९७० च्या दशकात महाराष्ट्र शासनाच्या विनंतीवजा सूचनेनुसार ठाणे, रायगड, रत्नागिरी, सिंधुदुर्ग ह्या चार जिल्ह्यात कुटुंबनियोजनाचा प्रसार व कुटुंबनियोजन साधने, शस्त्रक्रिया यांचा स्वीकार अधिक प्रमाणात व्हावा म्हणून ह्या चार जिल्ह्यातील शासकीय आरोग्य व कुटुंबनियोजन कर्मचारी, प्राथमिक शाळांमधील शिक्षक, पंचायत समिती सदस्य आणि महिला मंडळ, स्वयंसेवी संस्थांमध्ये जाणीव जागृती वाढावी म्हणून एक वा सहा दिवसांचे प्रबोधन प्रशिक्षण कार्यक्रम आयोजित करण्यात आले. शनिवारी-रविवारी ग्रामीण भागात स्त्री-शस्त्रक्रिया शिबिरे आयोजित करण्यात आली. या शिबिरांमध्ये शस्त्रक्रिया मुंबईतील असोसिएशनच्या मानद डॉक्टरांनी निष्ठेने, कुशलतेने पार पाडल्या. ह्यासंबंधी माहिती, विवेचन प्रस्तुत पुस्तकामध्ये आहे. ह्या चारही जिल्ह्यांची वार्षिक शस्त्रक्रिया उद्दिष्टे पूरी करण्यात ह्या शस्त्रक्रिया शिबिरांचा वाटा होता हे नमूद करायला हवे. ह्या चारही जिल्ह्यांत असोसिएशन व डॉक्टर ह्यांचे शासकीय खात्याशी संबंध सौहार्दपूर्ण ठरते.

असोसिएशनने ग्रामीण भागात पार पाडलेल्या प्रकल्पांची माहिती व विवेचन एका स्वतंत्र प्रकरणात दिले आहे. 'पाळणा लांबवा, पाळणा थांबवा' ह्याचा प्रसार केला. शाखांमधून ह्यासाठी कुटुंबनियोजन साधने शस्त्रक्रिया सोयी असोसिएशनच्या स्थापनेपासून आजतागायत दिल्या जात आहेत. पुढेही दिल्या जातील पण एवढ्यावरच हे काम थांबले नाही. लैंगिकता शिक्षण, त्यासंबंधी जाणीव जागृती, प्रबोधन असोसिएशनने १९७०च्या दशकापासून सुरू केले. आंतरराष्ट्रीय महिला दशकात परिवार प्रगती मंडळ, महिला विकास प्रकल्पांचा प्रारंभ झाला. त्यासंबंधीही प्रस्तुत पुस्तकात विवेचन आहे. महाराष्ट्रातील मुंबई, भिवंडी, पुणे, सोलापूर येथे आजवर झालेल्या कामगिरीची माहिती व आकडेवारी दिली आहे. असोसिएशनच्या इतर राज्यातील शाखांच्या कामासंबंधीही थोडक्यात माहिती दिली आहे. त्यातील आकडेवारीची जोड त्या माहितीसह आहे.

असोसिएशनने आपल्या शाखांद्वारा व प्रधान कार्यालय (मुंबई) मार्फत केलेल्या कामाचा हा इतिहास आहे. ६० वर्षातील कामगिरीची माहिती प्रस्तुत पुस्तकात देण्यात आली आहे. परिशिष्टांमध्ये असोसिएशनचे पदाधिकारी, वैद्यकीय सल्लागार मंडळ, नियतकालिके ह्यासंबंधीची माहिती दिली आहे. हे पुस्तक लिहिताना अनेकांचे सहकार्य लाभले आहे. असोसिएशनचे महासचिव श्री. व्ही.एम. कोळीवाड सह महासचिव डॉ. श्रीमती कल्पना आपटे त्यांचे स्वीय साहाय्यक, शाखा व्यवस्थापन संचालक श्रीमती मंजू वर्मा व त्यांचे सहकारी. मुंबई, भिवंडी, पुणे, सोलापूर शाखा व प्रकल्पांचे अधिकारी व कर्मचारी. मुंबई, पुणे, सोलापूर व इतर शाखांचे पदाधिकारी व शाखा व्यवस्थापक असोसिएशनच्या मूल्यमापन विभागाच्या संचालक श्रीमती आरमन जमशेटजी-नियोगी व सहकारी असोसिएशनच्या माजी व आजी माहिती अधिकारी/ग्रंथपाल अनुक्रमे श्रीमती मानसी चांदोरकर व श्रीमती जयश्री महाजन ह्या सर्वांचे अमोल सहकार्य लाभले. ह्याबद्दल त्या सर्वांचे मन:पूर्वक आभार. प्रस्तुत पुस्तकाच्या निर्मितीत त्यांचा वाटा महत्त्वाचा आहे. असोसिएशनच्या माजी अध्यक्ष डॉ. श्रीमती उषा कृष्णा (२००८-२००९) व विद्यमान अध्यक्ष श्रीमती सुजाता नटराजन ह्यांच्या प्रोत्साहनाबद्दल धन्यवाद. माझ्या कुटुंबियांचे सहकार्य नेहमीप्रमाणे लाभले. डायमंड पब्लिकेशन्सचे श्री. दत्तात्रय पाष्टे ह्यांनी दाखविलेल्या आस्थेबद्दल, सहकार्याबद्दल मन:पूर्वक आभार. चित्रकार श्याम भालेकर ह्यांनाही धन्यवाद.

कुटुंबनियोजन, कुटुंब कल्याण, महिला विकास योजनात काम करणाऱ्या शासकीय, निमशासकीय, स्वयंसेवी संस्थांना प्रस्तुत पुस्तक साहाय्यक, माहितीपर होईल असा विश्वास आहे.

ज.शं.आपटे

अनुक्रम

१
कुटुंबनियोजन कार्याची ६० वर्षे
(फॅमिली प्लॅनिंग असोसिएशन ऑफ इंडिया, १९४९ ते २०००९)

बरोबर ६० वर्षांपूर्वी २३ जुलै १९४८ रोजी कुटुंबनियोजन कार्याचा देशभर प्रसार करण्यासाठी, सेवा देण्यासाठी मुंबईत 'फॅमिली प्लॅनिंग असोसिएशन ऑफ इंडिया' या स्वयंसेवी संस्थेची स्थापना झाली. या कामासाठी श्रीमती धनवंती रामाराव, श्रीमती आवाबाई वाडिया यांनी पुढाकार घेतला होता. या कार्यासंबंधी आस्था असणाऱ्या श्रीमती धनवंती रामाराव या महिला चळवळीतील एक अग्रणी असल्यामुळे स्वाभाविकच असोसिएशनच्या कार्याचे नेतृत्व करण्यासाठी त्यांचीच अध्यक्षपदी निवड झाली आणि श्रीमती आवाबाई वाडिया यांनी जनरल सेक्रेटरीची जबाबदारी स्वीकारली १५ ऑगस्ट १९४७ रोजी आपला देश स्वतंत्र झाला. देशाच्या नियोजनबद्ध विकासासाठी 'नियोजन मंडळाची' स्थापना झाली आणि पहिल्या पंचवार्षिक योजनेचा आराखडा तयार करण्याच्या कामास नियोजन मंडळाने प्रारंभ केला. या योजनेत कुटुंबनियोजनाच्या कार्यक्रमाचा समावेश व्हावा म्हणून असोसिएशनने एक विस्तृत निवेदन मंडळास पाठविले. नियोजन मंडळाने योग्य तो प्रतिसाद दिला आणि श्रीमती धनवंती रामाराव यांना 'आरोग्य सल्लागार उपसमितीवर' व श्रीमती आवाबाई वाडिया यांना 'समाजकल्याण सल्लागार उपसमितीवर' नियुक्त केले गेले. दोन्ही उपसमित्यांच्या राष्ट्रीय कार्यक्रमात कुटुंबनियोजनाचा समावेश करण्यासंबंधी जशी जोरदार चर्चा होत असे, तसेच तीव्र मतभेदही व्यक्त केले जात. अखेरीस दोन्ही उपसमित्यांनी 'कुटुंबनियोजनाच्या कार्यक्रमाचा पहिल्या योजनेत समावेश व्हावा', अशी शिफारसवजा सूचना बहुमताने केली आणि पहिल्या योजनेतील आरोग्य कार्यक्रमांतर्गत कुटुंबनियोजन कार्यक्रमाचा समावेश झाला. या कार्यक्रमासाठी

एकूण ६५ लाख रुपयांची तरतूद करण्यात आली. अशा रीतीने असोसिएशनने राष्ट्रीय पातळीवर एक महत्त्वाची कामगिरी बजावली. कुटुंबनियोजनाची ही योजना शासकीय पातळीवर अमलात आणणारा भारत हा पहिला देश झाला! सप्टेंबर १९५२मध्ये बॉम्बे सेंट्रल स्टेशनच्या जागेत असोसिएशनने 'कुटुंब सुधार केंद्र' सुरू केले. गेली ५७ वर्षे हे केंद्र आपल्या कामगिरीने लोकांच्या आदरास प्राप्त ठरले आहे.

असोसिएशन ही भारतातील देश पातळीवर कुटुंबनियोजनाचे कार्य करणारी पहिली स्वयंसेवी संस्था आहे. कुटुंबनियोजनाचा स्वीकार व्हावा, तो मोठ्या संख्येने वाढावा यासाठी ज्ञान, माहिती जनसामान्यांना द्यावी, त्यांचे शिक्षण व्हावे, उद्‌बोधन व्हावे आणि मूलभूत मानवी हक्काच्या प्रसारासाठी कुटुंब व समाजकल्याणासाठी, लोकसंख्या, साधनसामुग्री आणि पर्यावरण यामधील समतोल साधण्यासाठी आणि उच्च प्रतीचे राहणीमान व जीवनाची गुणवत्ता मिळविण्यासाठी कुटुंबनियोजनाचा स्वीकार व्हावा म्हणून असोसिएशन प्रयत्नशील आहे. शक्य असेल तिथे राष्ट्रीय कुटुंबनियोजन कार्यक्रमासाठी पूरक, साहाय्यक, कल्पक स्वरूपाचे कार्यक्रम हाती घेऊन ते पार पाडणे हेही असोसिएशनचे उद्दिष्ट आहे. तसेच कुटुंबनियोजन, लोकसंख्या नियंत्रण आणि त्यासंबंधीच्या उपायांसंबंधी धोरण व कार्यक्रम या विषयी रूपरेषा सादर करणे; सेवा, प्रशिक्षण आणि प्रबोधन शिक्षण आणि संशोधन इत्यादी क्षेत्रांशी संबंधीत कार्यक्रम हाती घेऊन ते पार पाडणे. लोकसंख्याशास्त्राने, समाजशास्त्रीय, वैद्यकीय आणि मानवी प्रजोत्पादन, कुटुंबनियोजन साधने, वंध्यत्व, लैंगिक आणि कुटुंबजीवन शिक्षण, विवाह मार्गदर्शन आणि लोकसंख्या शिक्षण या विषयांचे संशोधन, माहिती आणि आकडेवारीचे संकलन ही असोसिएशनची उद्दिष्टे आहेत. असोसिएशनची ध्येय व उद्दिष्टे यांच्या पूर्तीसाठी स्थानिक, राज्य, देश, आंतरराष्ट्रीय या सर्व पातळ्यांवर परिषदा, चर्चासत्रे, शिक्षणकार्यक्रम व इतर सभा आयोजित करणे, ध्येये व उद्दिष्टे यांच्या प्रचारासाठी शाखा व इतर विभाग सुरू करणे, तसेच भारतात व परदेशात अशाच स्वरूपाचे कार्य करणाऱ्या संस्थांबरोबर संबंध प्रस्थापित करून ते वाढविणे यावर असोसिएशनचा कटाक्ष राहिला आहे.

१५ ते ४५ वयोगटातील विवाहित स्त्रियांचे गरोदरपण, बालजन्म, माता-बालक स्वास्थ्य, कुटुंबाचा आकार, मुलांचे शिक्षण, स्त्रीचा व्यक्तिविकास आणि या सर्व बाबतींत पुरुषांचा क्रियाशील सहभाग यासंबंधी वैयक्तिक गृहभेटीत, गटचर्चेत, छोट्या-मोठ्या सभांमधून संवाद, प्रबोधन, जाणीवजागृती करण्याचे काम संस्थेचे डॉक्टर, परिचारिका, कार्यकर्ते, सभासद आणि पदाधिकारी करीत असतात. जनसामान्यांचे मतपरिवर्तन, वृत्तीतील बदल, कुटुंबनियोजनाच्या साधनांचा स्वीकार

आणि वापर यासाठी सर्व प्रकारची संवादमाध्यमे वापरली जातात. 'पहिले मूल-अपत्यजन्म थोडासा लांबवा, दुसऱ्या मुलाच्या जन्मात अंतर ठेवा आणि दोन वा तीननंतर थांबवा यासाठी विवाहित स्त्री-पुरुषांना सांगण्याचा, त्यांना पटविण्याचा प्रयत्न केला जातो. कुटुंबनियोजन केंद्रामार्फत कुटुंबनियोजनाची साधने दिली जातात. पाळणा थांबवण्यासाठी स्त्री-पुरुषांची शस्त्रक्रिया करण्याची सोय आणि व्यवस्था संस्था करीत असते. कुटुंबनियोजनामागचा विचार पूर्णपणे लक्षात आल्यानंतरच दाम्पत्याने नियोजन पद्धतीचा स्वीकार करावा. त्यासाठी आवश्यक साधनांचा उपयोग करावा व त्यांचा योग्य पद्धतीने, नित्य वापर करावा. यासाठी डॉक्टर, परिचारिका, कार्यकर्ते आग्रहपूर्वक चर्चा करतात. त्यात सक्ती, जबरदस्ती यांना मुळीच थारा नसतो.

१९६०च्या दशकातील त्या वेळच्या महाराष्ट्र राज्याच्या शिक्षणमंत्र्यांना, मधुकरराव चौधरी यांना निवेदन पाठवून शालेय अभ्यासक्रमात लोकसंख्याशिक्षणाचा अंतर्भाव करावा असे असोसिएशनने सुचवले होते. मुंबईतील काही खासगी शाळांतून असोसिएशनने लोकसंख्याशिक्षणाचे काही पाठ घेण्याचे प्रयोग केले होते. हे लोकसंख्याशिक्षण म्हणजे कुटुंबनियोजनासाठी सल्ला-मार्गदर्शन नव्हते तर, लोकसंख्याप्रश्नाचे गांभीर्य, व्याप्ती, व त्याचा आर्थिक प्रगती, राष्ट्राचा विकास, जीवनाची गुणवत्ता यावर होणारा परिणाम, पडणारा प्रभाव हे लोकसंख्या शिक्षण, व्याख्यान, चर्चा यांमधून समजावून सांगितले जात असे. असोसिएशनने यासंबंधी देशभर चर्चा, परिसंवाद, कार्यशाळा, परिषदा आयोजित केल्या. १९७०च्या दशकात भारत सरकारने 'लोकसंख्याशिक्षण' कार्यक्रम मान्य केला आणि मग इतर राज्यांनीही तो कार्यक्रम स्वीकारून त्याची अंमलबजावणी सुरू केली. 'फॅमिली प्लॅनिंग असोसिएशन ऑफ इंडियाने' लोकसंख्याशिक्षणाच्या कार्यक्रमाचे महत्त्व व निकड शासनाला पटवून दिली, हे महत्त्वाचे आहे. दुसरा महत्त्वाचा कार्यक्रम म्हणजे संस्थेत लैंगिक शिक्षण, मार्गदर्शन, संशोधन प्रशिक्षण/उपचार केंद्राची स्थापना १९७६-७७ मध्ये केली गेली. असोसिएशनने आपल्या शाखांमार्फत १४ पूर्ण स्वरूपाच्या केंद्रातून व सहा उपकेंद्रांमधून हा कार्यक्रम देशभर सुरू केला. यासंबंधी एक इंग्रजी व हिंदी पुस्तकही प्रकाशित केले गेले आहे. या प्रश्नासंबंधी आपल्याकडे अनावश्यक गुप्तता, मौन, गूढता पाळली जाते. २०१५ पर्यंत स्त्री-पुरुषांसाठी देशोदेशी प्रजोत्पादकीय आरोग्य कार्यक्रम आखले जाऊन त्यांची अंमलबजावणी व्हावी, अशी शिफारस १९९४च्या 'कैरो' परिषदेने केली आहे.

१९५२मध्ये मुंबईत आठ देशांच्या स्वयंसेवी संघटनांनी 'इंटरनॅशनल प्लॅन्ड

पेरेंटहूड फेडरेशन' या संस्थेची स्थापना केली. असोसिएशन या ८ संस्थांपैकी एक संस्थापक सदस्य आहे. आज १५०हून अधिक देशांच्या कुटुंबनियोजन स्वयंसेवी संस्था फेडरेशनच्या सदस्य आहेत. फेडरेशनला आंतरराष्ट्रीय स्थान व मान्यता आहे. असोसिएशनच्या पहिल्या अध्यक्ष 'श्रीमती धनवंती रामाराव' १९६४ मध्ये निवडून आल्या होत्या. असोसिएशनच्या माजी अध्यक्ष 'श्रीमती आवाबाई वाडिया' याही दोन वेळा फेडरेशनच्या अध्यक्ष झाल्या होत्या. श्रीमती आवाबाई वाडियांनी असोसिएशनच्या अध्यक्ष म्हणून ३४ वर्षे (१९६४-९७) संस्थेची धुरा संभाळून संस्थेच्या कामाचा विस्तार केला. या कामगिरीबद्दल त्या अनेक राज्य, राष्ट्रीय, आंतरराष्ट्रीय पुरस्कारांच्या त्या मानकरी ठरल्या. संस्थेच्या प्रगतीत, विकासात, वाटचालीत श्रीमती आवाबाई वाडियांचे नेतृत्व, कर्तृत्व उपकारक व फलदायी ठरले आहे. १९९८पासून संस्थेच्या अध्यक्ष म्हणून डॉ. नीना पुरी काम पाहत आहेत. संस्थेने अनेक अभिनव कार्यक्रम, उपक्रम, प्रकल्प राबविले होते.

> ''आमचे असे मत आहे की कुटुंबजीवन व सामाजिक संघटना संबंधीच्या सुधारणा ह्या सतत चालणाऱ्या सामाजिक प्रक्रिया आहेत आणि प्रभावी लोकमत तयार करण्यासाठीही संवैधानिक पाठिंब्याची आवश्यकता समर्थनीय आहे. खरे तर जन्म व मृत्युदर, नोंदणी, विवाहवय, मुलांचे शिक्षण ह्या संबंधीचे कायदे अंमलबजावणीत खूपच रखडले आहेत. कारण कायद्याचा हेतू होता त्या गोष्टी सक्तीच्या करण्याच्या, अमलबजावणीच्या दोषपूर्ण व दुर्लक्षित होत्या.
>
> **श्रीमती आवाबाई वाडिया**
>
> "The Light is ours"

२
कुटुंबनियोजन कार्यक्रमाचे अर्धशतक
१९५२ ते २००२

कुटुंबनियोजन कार्यक्रम शासकीय पातळीवर राबवणारा भारत हा पहिला देश होय. १५ ऑगस्ट १९४७ रोजी भारत स्वतंत्र झाल्यानंतर देशात पहिल्या योजनेपासून नियोजनबद्ध विकासास प्रारंभ झाला. नियोजन मंडळाची स्थापना होऊन पंतप्रधान जवाहरलाल नेहरू त्याचे प्रमुख होते. श्री. गुलझारीलाल नंदा हे नियोजन मंत्री होते. श्रीमती राजकुमारी अमृत कौर आरोग्य मंत्रालयाची जबाबदारी सांभाळीत होत्या.

स्वातंत्र्यपूर्व काळातील प्रयत्न

१९२१ सालापासून थोर बुद्धिप्रामाण्यवादी समाजसुधारक श्री. रघुनाथ धोंडो कर्वे यांनी सतत ३३ वर्षे १९५३ पर्यंत संततिनियमनाचे कार्य अत्यंत निष्ठेने, निश्चयाने, निर्धाराने पार पाडले. ११ जून १९३० रोजी तत्कालीन म्हैसूर संस्थानने शासकीय पातळीवरील पहिले कुटुंबनियोजन केंद्र सुरू केले. १९३४ मध्ये अखिल भारतीय महिला परिषदेने आपल्या वार्षिक अधिवेशनात कुटुंबनियोजन कार्यक्रमास संपूर्ण पाठिंबा देणारा ठराव पास केला. देशातील स्वयंसेवी संस्थांनी हे काम करण्यास प्रारंभ केला. हिंदी राष्ट्रीय सभेने (काँग्रेस) १९३५ मध्ये राष्ट्रीय नियोजन समिती स्थापन केली. समितीचे अध्यक्ष होते पं. जवाहरलाल नेहरू. नेहरू समितीने कुटुंबनियोजनासंबंधी स्पष्टपणे शिफारसपूर्वक म्हटले होते की, 'सामाजिक अर्थव्यवस्था, कौटुंबिक सुखे, राष्ट्रीय नियोजन यासाठी कुटुंबनियोजन व मुलांची मर्यादित संख्या आवश्यक आहे आणि सरकारने या कार्यास चालना व प्रोत्साहन देण्यासाठी धोरण आखावे.' संततिनियंत्रणाच्या स्वस्त व सुलभ साधनांच्या माहितीचा प्रचार व आग्रह अगत्याचा आहे. संततिनियोजन केंद्रे सुरू करावी व उपद्रवी साधनांचा वापर व जाहिरात यांना

प्रतिबंध करण्यासाठी आवश्यक ते उपाय योजले जावेत. वेड्या व तज्जन्य सांसर्गिक रोगाने पछाडलेल्या रोग्यांची संततिप्रतिबंधक शस्त्रक्रिया करण्याचा, वंश सुधार कार्यक्रमात समावेश असावा. आपल्या देशातील सर्वांत मोठ्या राजकीय व संभाव्य सत्तारूढ पक्षाने संततिनियमनाचा एवढ्या नि:संदिग्धपणे पुरस्कार करावा ही घटना आगामी घडणाऱ्या घटनांची व धोरणाची चाहूल होती असे म्हटले पाहिजे. पहिल्या योजनेत कुटुंबनियोजन कार्यक्रमाचा समावेश जुलै १९४९ मध्ये स्थापन झालेल्या फॅमिली प्लॅनिंग असोसिएशन ऑफ इंडियाच्या अध्यक्ष श्रीमती धनवंती रामराव व त्यांच्या सहकारी श्रीमती आवाबाई वाडिया यांच्या उघड प्रयत्नांमुळे, चिकाटीमुळे झाला. ह्या कार्यक्रमासाठी पहिल्या योजनेत तरतूद होती अवघी रु.६५ लक्ष रकमेची. केंद्र शासनाचा ह्या संबंधीचा दृष्टिकोन सावध, वस्तुनिष्ठ, दूरचा विचार करणारा होता. लोकसंख्या धोरण, लोकसंख्या संशोधन व कार्यक्रम ह्या दोन विषयांसाठी समित्या नेमण्याची सूचना ११ एप्रिल १९५१ रोजी लोकसंख्यावाढ व कुटुंबनियोजनासंबंधी अहवाल तयार करण्यासाठीच्या अहवालातील उपसमितीने केली होती. नियोजन मंडळाने डिसेंबर १९५२ मध्ये कुटुंब मर्यादा व लोकसंख्यानियमनाच्या त्रिसूत्री कार्यक्रमाची शिफारस केली.

१. भारतातील लोकसंख्येच्या जलद वाढीस कारणीभूत झालेल्या परिस्थितीची अचूक माहिती.
२. संततिनियमनाची योग्य साधने शोधून काढणे व त्यांचा देशाच्या कानाकोपऱ्यात प्रसार व्हावा यासंबंधी उपाययोजना करणे.
३. संततिनियमनाचे काम हे सरकारी रुग्णालये व सार्वजनिक आरोग्य संस्था यांच्या कामाचा अविभाज्य भाग बनविण्याच्या दृष्टीने मार्गदर्शन करणे.

कार्यक्रमाविषयी सुस्पष्ट भूमिका

'कुटुंबनियोजन संशोधन व कार्यक्रम समितीने' ह्या कार्यक्रमासंबंधी स्पष्ट शब्दात भूमिका मांडलेली आहे.

कुटुंब हा समाजातील अतिशय महत्त्वाचा घटक आहे. तेव्हा संततिनियमन किंवा दोन मुलात वयाचे अंतर भरपूर असणे एवढ्याच अर्थाने ह्या प्रश्नाकडे पाहिले जाऊ नये तर कुटुंबाचा आर्थिक, सामाजिक व सांस्कृतिक विकास होण्यास अनुकूल वातावरण निर्माण करणे हे कुटुंबनियोजनाच्या कामाचे ध्येय असले पाहिजे.

या दृष्टीने केवळ संततिनियमनावर भर देऊन चालणार नाही, तर लैंगिक

शिक्षण, विवाह मार्गदर्शन व वैवाहिक आरोग्य, दोन मुलात अंतर ठेवण्यासंबंधी माहिती इत्यादि कुटुंब कल्याणास आवश्यक त्या सर्व गोष्टींचा कुटुंबनियोजन कार्यक्रमात अंतर्भाव झाला पाहिजे. वंध्यत्व दूर करण्याची सोयही या कार्यक्रमात असावी असेही या समितीने म्हटले आहे. समितीची ही भूमिका व्यापक, समग्र, विविध अंगांचा विचार करणारी होती. पहिल्या योजनेत कुटुंबनियोजनाचे काम करणाऱ्या केंद्रांना नाव होते – 'कुटुंबकल्याण नियोजन केंद्र' कुटुंबनियोजन कार्यक्रमात 'कुटुंब कल्याणा'चा अंतर्भाव पहिल्या योजनेपासूनच होता. पण एकंदरीत कुटुंबनियोजन, संततिनियमन ह्यावरच अधिक भर, विशेष करून पहिली अनेक वर्षे, दिला गेला हे मान्य केले पाहिजे.

भारत हा १०० कोटींचा देश आहे. देशातील लोक कसा विचार करतात यावर देशाचा विकास अवलंबून असतो. विचारांचे कार्यात परिवर्तन होते. १०० कोटींचा देश म्हणून भारताने विचार केला पाहिजे. तरुण मनाचा, फुलोरा फुलू दे. विकासाच्या विचाराने परिपूर्ण अशी मते उमलू देत.

राष्ट्रपती डॉ. ए.पी.जे.अब्दुल कलाम

३
आंतरराष्ट्रीय कुटुंबनियोजन चळवळीचे अर्धशतक

'इंटरनॅशनल प्लॅन्ड पेरेंटहूड फेडरेशन' या आंतरराष्ट्रीय कुटुंबनियोजन स्वयंसेवी संघटनेस २९ नोव्हेंबर २००२ रोजी पन्नास वर्षे पूर्ण झाली आहेत. या संघटनेच्या सुवर्ण महोत्सवानिमित्त दिल्ली येथे १४ व १५ नोव्हेंबर रोजी एका परिसंवादाचे आयोजन करण्यात आले होते. अंगभूत कार्याचे अर्धशतक पूर्ण करणाऱ्या या संस्थेचा आजवरच्या वाटचालीचा आढावा घेणे सयुक्तिक ठरेल.

देशपातळीवर कुटुंबनियोजनाचे कार्य करणाऱ्या स्वयंसेवी संस्थांची फेडरेशन ही एक आंतरराष्ट्रीय संघटना आहे. नियोजित व जबाबदार पालकत्व या उद्दिष्टांच्या पूर्तीसाठी आठ देशातील स्वयंसेवी संस्था एकत्र येऊन या फेडरेशनची स्थापना २९ नोव्हेंबर १९५२ रोजी मुंबईत झाली. तिची मुख्य उद्दिष्टे आहेत...

१. कुटुंबनियोजन व जबाबदार पालकत्व यासंबंधी जगातील जनसामान्यांचे प्रबोधन
२. प्रभावी कुटुंबनियोजन सेवांचा पुरस्कार, सोय व साहाय्य आणि यामार्फत आईवडील, मुले व तरुण वर्गाचे मानसिक तसेच शारीरिक आरोग्यरक्षण व संवर्धन.
३. स्वतःच्या, समाजाच्या आणि जगाच्या लोकसंख्याविषयक प्रश्नासंबंधी जनसामान्यांचे शिक्षण व प्रबोधन.
४. मानवी प्रजोत्पादन व नियमन यासंबंधीच्या सर्व पैलूंविषयीच्या योग्य संशोधनास चालना, संशोधनाचे प्रकाशन व प्रसिद्धी.

कुटुंबनियोजन हा एक मानवी हक्क आहे आणि महिलांचा दर्जा व कुटुंबनियोजन साधनांची सेवांची सोय यामध्ये परस्परसंबंध आहे, याची जाणीव व्यापक प्रमाणावर व्हावी व अनेक पातळ्यांवर त्यास मान्यता मिळावी यासाठी आजवर झालेल्या प्रयत्नांमध्ये फेडरेशनचा वाटा महत्त्वाचा आहे व निर्णायकही आहे.

१९५२ मध्ये आठ सदस्य संस्थांच्या पुढाकाराने व सदस्यत्वाने स्थापन झालेल्या फेडरेशनचा गेल्या ५० वर्षात पाचही खंडांत विस्तार झाला आहे. १९६० मध्ये याची सदस्य संख्या २६ होती. १९७० मध्ये ती ६४ वर पोहोचली. १९८० साली ९६ देशांच्या फॅमिली प्लॅनिंग स्वयंसेवी संस्था फेडरेशनच्या सदस्य होत्या. तर १९९२ मध्ये १३० हून अधिक देशांच्या संस्था सदस्य होत्या. आज ५७ वर्षांनंतर १८० देशांमध्ये फेडरेशनचे अस्तित्व आहे म्हणजेच, १८० देश फेडरेशनचे सदस्य आहेत.

फेडरेशनच्या कामाच्या सोयीसाठी सदस्य देशांची भौगालिक विभागणी सहा विभागांत म्हणजेच दक्षिण आशिया, पूर्व व आग्नेय आशिया व ऑस्ट्रेलिया, युरोप नेटवर्क, पश्चिम गोलार्ध विभाग, आफ्रिका व अरब जग अशी केली आहे. 'फॅमिली प्लॅनिंग असोसिएशन ऑफ इंडियाच्या' संस्थापक अध्यक्ष श्रीमती धनवंती रामाराव (१९६३ ते १९६९) व माजी अध्यक्ष श्रीमती आवाबाई वाडिया (१९८३ - १९८९) यांनी सहा वर्षे फेडरेशनचे अध्यक्षपद भूषविले होते. अध्यक्षपद हा जसा सन्मान व गौरव आहे तसेच त्या व्यक्तीच्या कर्तृत्वाला, कामगिरीला आणि नेतृत्वाला सदस्यांकडून मिळालेली ती मान्यता आहे.

५० वर्षांच्या कालखंडात आंतरराष्ट्रीय पातळीवर फेडरेशनचा तीन वेळा गौरव झाला आहे. १९८५ साली संयुक्त राष्ट्र संघटनेचे लोकसंख्या पारितोषिक, १९८७ मध्ये तिसरे जगत पारितोषिक आणि त्याच वर्षी जागतिक आरोग्य संघटनेकडून पदक असे तीन गौरव पुरस्कार फेडरेशनला प्राप्त झाले. आवाबाई वाडिया फेडरेशनच्या अध्यक्ष (१९८३-८९) असताना त्याला हे गौरव पुरस्कार लाभावेत, ही लक्षणीय घटना आहे.

प्रत्येक सदस्य संस्थेचे स्वातंत्र्य, स्वायत्तता आणि त्या त्या देशाचे कुटुंबनियोजनविषयक धोरण फेडरेशन आदरपूर्वक मानते. कुटुंबनियोजनाच्या कामाचा प्रचार, प्रसार, स्वीकार वेगाने व्हावा म्हणून सदस्यसंस्थेस आवश्यक ते अर्थसाहाय्य, तांत्रिक मदत व इतर बाबतीत सल्ला-मार्गदर्शन केले जाते. सदस्य-संस्थांना अर्थसाहाय्य मिळावे म्हणून आंतरराष्ट्रीय संस्था, संघटना, प्रतिष्ठाने, विकसित व विकसनशील देश यांच्याकडून फेडरेशन निधी गोळा करीत असते.

अमेरिकेचे अध्यक्ष जॉर्ज बुश व माजी अध्यक्ष रोनाल्ड रेगन यांनी गर्भपाताचा कायदा केलेल्या देशांतील स्वयंसेवी संस्थांना अर्थसाहाय्य देण्यास नकार दिला होता. अमेरिकी शासनाचा हा निर्णय मान्य करून फेडरेशनने स्वतंत्रपणे अर्थसाहाय्य, अर्थनिधी गोळा करण्याचे प्रयत्न चालू ठेवले व त्या त्या देशांचे धोरण महत्त्वाचे मानले. स्त्री-पुरुष समता व न्याय हे तत्त्व फेडरेशनने मान्य केले आहे व ते कृतीतही आणले आहे. फेडरेशनच्या सर्व संचालन संस्थांमध्ये व समित्यांमध्ये किमान ५० टक्के सदस्य या महिला असतात. याशिवाय संचालन समितीतला प्रत्येक विभागाचा एक तरी प्रतिनिधी २५ वर्षांपेक्षा कमी वय असलेला असतो.

सप्टेंबर १९९४ मध्ये कैरो येथे भरलेल्या 'आंतरराष्ट्रीय लोकसंख्या व विकास परिषदे'ने लोकसंख्या नियंत्रण, कुटुंबनियोजन कार्यक्रमास तसेच धोरण प्रक्रियेस एक वेगळे वळण दिले. फेडरेशनने १९९२ मध्ये स्वीकारलेला नवा दृष्टिकोन 'व्हिजन २०००-ए स्ट्रॅटिजिक प्लॅन' हा कैरो धोरणाशी खूपच मिळताजुळता असा आहे. कैरो कृती कार्यक्रमाची आखणी फेडरेशनच्या या व्यूहरचनेमधून ढोबळपणे झाली आहे हे मान्य करावे लागेल. पर्यावरण व लोकसंख्या यामधील समतोल राखण्याबाबत फेडरेशनने सातत्याने आग्रही भूमिका धारण केलेली आहे.

मानवी हक्कांची जपणूक व जोपासना ही फेडरेशनला नेहमीच विशेष आस्थेची, जिव्हाळ्याची अशी बाब वाटत आली आहे. लैंगिक व प्रजोत्पादन हक्कांची वाढती मान्यता समाजास मिळावी यासाठी १९६८ सालापासून फेडरेशनने मोहीम सुरू केली. मानवी हक्कांच्या पुरस्कारासाठी तेहरान येथे भरलेल्या 'आंतरराष्ट्रीय मानवी हक्क परिषदेत' असे तत्त्व मान्य केले गेले की, 'आपल्याला मुले किती व कोणत्या अंतराने व्हावीत हे मोकळेपणाने व जबाबदारीने ठरविण्याचाूलभूत मानवी हक्क आईवडिलांना आहे, फेडरेशनने यासाठी एक दोन कलमी सनद तयार केली आहे. या सनदेची मुख्य उद्दिष्टे पुढीलप्रमाणे आहेत - १. लैंगिक व प्रजोत्पादन हक्क हा मूलभूत मानवी हक्क आहे हे मान्य होण्यासाठी आवश्यक ती जाणीव व जागृती समाजात निर्माण करणे. २. मानवी हक्क प्रक्रियांमध्ये प्रभावीपणे सहभागी होण्यासाठी स्वयंसेवी संस्थांचे सामर्थ्य व शक्ती वाढविणे.

लैंगिक तसेच प्रजोत्पादन हक्कांचा प्रसार व या संदर्भात, जनमानसात प्रबोधन जगभर करण्यासाठी या सनदेचा उपयोग फेडरेशनच्या सदस्य संस्था करतात. सदस्य संस्था आपल्या अंगभूत सेवाकार्यात, उपक्रमादी कार्यक्रमात या मूलभूत मानवी हक्कांची बाजू राखली जाते आहे किंवा नाही याची निश्चित खात्री करून घेतात. मुक्त

व पुरेशा माहितीवर आधारित निवड करण्याचा मानवी हक्क सर्व महिला, पुरुष आणि तरुण-तरुणींना आहे. हा हक्क आहे आपल्या लैंगिक व प्रजोत्पादन स्वास्थ्यासंबंधीचा. या मार्गदर्शक तत्त्वांचा प्रसार करणे, हे फेडरेशनचे मुख्य उद्दिष्ट आहे.

तरुण-तरुणींचा सहभाग हा फेडरेशनच्या अर्थविषयक दृष्टिकोनाचा तसेच कार्यपद्धतीचा मुख्य गाभा आहे. फेडरेशनच्या सर्व कार्यक्रमांत एक समान भागीदार म्हणून तरुण वर्ग काम करतो. फेडरेशन ही एक आंतरराष्ट्रीय स्वयंसेवी संस्था आहे. फेडरेशनच्या कुटुंबनियोजन कार्यासाठी स्वयंसेवी वृत्तीने वेळ, व्यावसायिक कौशल्य, पैसा देणारे डॉक्टर, सामाजिक कार्यकर्ते, प्राध्यापक, व्यवस्थापन तज्ज्ञ आदी निरनिराळ्या व्यवसायातील असंख्य स्त्री-पुरुष हेच खरे फेडरेशनचे बळ, सामर्थ्य आणि शक्ती आहे. फेडरेशनच्या देशोदेशीच्या असोसिएशनमधून अनेक कार्यकर्ते या वृत्तीने, समर्पित भावनेने काम करीत आहेत.

चीनच्या फॅमिली प्लॅनिंग असोसिएशनसाठी लक्षावधी स्त्री-पुरुष, स्वयंसेवी कार्यकर्ते, समाजप्रबोधन जागृतीच्या कामासाठी आपला वेळ, शक्ती देत आहेत. श्रीलंका, भारत, पाकिस्तान, बांगलादेश, इंडोनेशिया, कोरिया, केनिया, जपान, युगांडा, अमेरिका, फिनलंड, अल्जेरिया आदी अनेक देशांतील कार्यकर्ते कुटुंबनियोजन प्रसारासाठी काम करत आहेत.

१९९४ मध्ये कैरो येथील 'आंतरराष्ट्रीय लोकसंख्या विकास परिषद', मार्च १९९५ मधील कोपनहेगनची 'सामाजिक विकास शिखर परिषद', सप्टेंबर १९९५ची 'बिजिंगची चौथी विश्व महिला परिषद', जून १९९३ची व्हिएन्ना 'जागतिक मानवी हक्क परिषद' यासारख्या विसाव्या शतकाच्या मावळतीच्या दशकांत संयुक्त राष्ट्र संघातर्फे भरविण्यात आलेल्या विविध परिषदांमध्ये फेडरेशनचा क्रियाशील सहभाग होता. सामाजिक विकास, लोकसंख्या, मानवी हक्क आणि महिला प्रगती हे चारही विषय फेडरेशनच्या आस्थेचे, जिव्हाळ्याचे असेच आहेत. त्यासाठी येती अनेक दशके फेडरेशन कार्यरत राहणार आहे.

आठ देशांनी मुंबईत १९५२ साली लावलेले रोपटे आज १८२ देशांमध्ये पसरलेले आहे. २९ नोव्हेंबर १९५२ रोजी 'इंटरनॅशनल प्लॅन्ड पेरेंटहूड फेडरेशनची' स्थापना झाली. जर्मनी, हाँगकाँग, भारत, नेदरलँड्स, सिंगापूर, स्वीडन, अमेरिका आणि ब्रिटन या आठ देशांमध्ये कुटुंबनियोजनाचे कार्य करणाऱ्या स्वयंसेवी संस्थांनी फेडरेशनच्या स्थापनेत पुढाकार घेतला. आजमितीस, १५६ देशांमधील १३९ संस्था संघटनेच्या सदस्य आहेत. त्याशिवाय आणखी २६ देशांसह एकूण १८२ देशांत

फेडरेशनचे आज अस्तित्व आहे. या ५७ वर्षांच्या इतिहासात भारतात, मुंबईत नोव्हेंबर १९५२ मध्ये स्थापन झालेल्या 'इंटरनॅशनल प्लॅन्ड पेरेंटहूड फेडरेशनचे' अध्यक्षपद 'फॅमिली प्लॅनिंग असोसिएशन ऑफ इंडियाच्या' तीन माजी अध्यक्षांनी - श्रीमती धनवंती रामाराव (१९६४-७१), श्रीमती आवाबाई वाडिया (१९८२-८८) आणि डॉ. श्रीमती नीना पुरी (२००२-२००५) भूषवले. ही बाब असोसिएशनला निश्चितच अभिमानास्पद, भूषणावह आहे. असे उदाहरण फेडरेशनच्या इतिहासात बहुधा पहिलेच असावे. फेडरेशनचे आर्थिक, तांत्रिक व अन्य प्रकारचे साहाय्य असोसिएशनला जवळजवळ ४०-४२ वर्षे लाभले आहे हे महत्त्वाचे आहे.

''जनसामान्यांच्या पातळीवर काम करणे, त्यांची मते -अभिप्राय समजावून घेण आणि त्यांच्या स्वत:च्या हितासाठी गर्भनिरोधन व जन्मनियोजन ह्या अगदी नव्या संकल्पनेविषयी विश्वासार्हता व आत्मविश्वास निर्माण करणे ही आमची भूमिका आहे. धोरणकर्ते व नियोजनकार शासन ह्यांना ह्या विषयासंबंधीची माहिती, अद्ययावत ज्ञान देणे आणि अशा चळवळीचे तत्त्वज्ञान व आचार या संबंधी जागल्याची भूमिका बजावणे हे आमचे काम आहे. म्हणून एका अर्थी आमचे योगदान व्याप्तीपेक्षा अधिक गुणात्मक आहे. मीठ असलेल्या अन्नाच्या ताटासारखे अधिक पोषक व स्वास्थ्यवर्धक आहे.

श्रीमती आवाबाई वाडिया

"The Light is ours"

४
कुटुंब सुधार केंद्र
पाच दशकांची वाटचाल

आपल्या देशात कुटुंबनियोजनाचा प्रचार गेली दहा-पंधरा वर्षे फार जोरात धूमधडाक्याने चालू आहे. त्यामुळे 'त्रिकोण म्हणजे कुटुंबनियोजन' असे आता जनसामान्यांना समजले आहे. निरोध, तांबी, नसबंदी हे शब्द खेड्यापाड्यात सहजपणे स्त्री-पुरुष, मुलं वापरू लागली आहेत. 'पाळणा लांबवा, पाळणा थांबवा' हा प्रचार आता रूढ होऊ लागला आहे. स्वातंत्र्यप्राप्तीनंतर बेचाळीस-पंचेचाळीस वर्षांनंतर आता कुठे कुटुंबनियोजन कार्यक्रमाला थोडे अनुकूल वातावरण तयार झाले आहे.

असोसिएशनची स्थापना

जुलै १९४९ मध्ये मुंबईत एका अगदी छोट्या जागेत फॅमिली प्लॅनिंग असोसिएशनची स्थापना झाली. सबंध भारतात काम करण्याचे उद्दिष्ट ठेवून काम करणारी स्वातंत्र्योत्तर काळातील ही पहिलीच स्वयंसेवी संस्था होय. पहिली दोन-तीन वर्षे संस्थेने छोट्या-मोठ्या सभा घेऊन कुटुंबनियोजनाचे महत्त्व, लोकसंख्या नियंत्रणाची निकड ह्यासंबंधी जाणीव, जागृती निर्माण करण्यासाठी प्रयत्न केले. पहिल्या पंचवार्षिक योजनेत कुटुंबनियोजन कार्यक्रमाचा समावेश करण्यात आला. ह्यासाठीही असोसिएशनचे प्रयत्न कारणीभूत झाले. विवाहित स्त्री-पुरुषांना कुटुंबनियोजनाचे महत्त्व पटवून देऊन त्यांना साधने वापरण्यासंबंधी माहिती, मार्गदर्शन, सल्ला देणे आणि साधने वापरण्यासंबंधी त्यांचे मन वळविणे ह्यासाठी असोसिएशनने सप्टेंबर १९५२ मध्ये 'कुटुंब सुधार केंद्र' पश्चिम रेल्वेच्या मुंबई सेंट्रल स्टेशनजवळील रेल्वे कॉलनीत सुरू केले. ह्या केंद्राजवळील लोकवस्ती बहुभाषिक, हिंदू, मुस्लिम, ख्रिश्चन, पारशी समाजाची होती व आजही आहे. जेकब सर्कल (सात रस्ता) ते मुंबई सेंट्रलच्या मुख्य रस्त्याजवळ रेल्वे कॉलनीत हे केंद्र असल्यामुळे बस, रेल्वेने केंद्रात येणे सोयीचे आहे.

प्रतिसाद

केंद्राच्या वैद्यकीय अधिकारी म्हणून, डॉ. श्रीमती सुलभा श्रीखंडे ह्यांची नेमणूक झाली. डॉ. श्रीमती श्रीखंडे यांनी १९४२ ते ५२ ही दहा वर्षे दादरच्या कॉलनी नर्सिंग होममध्ये नामवंत शल्यविशारद व कुटुंबनियोजनाचे खंदे पुरस्कर्ते डॉ. गं. मा. फडके व डॉ. वि. ना. शिरोडकर ह्यांच्या मार्गदर्शनाखाली काम केले होते. त्यामुळे स्त्री-रोग व शल्यचिकित्सा-शस्त्रक्रिया कामाचा चांगला अनुभव डॉ. श्रीमती श्रीखंडे ह्यांना होता. सप्टेंबर-डिसेंबर १९५२ ह्या काळात एकंदर ८१ स्त्री-पुरुषांनी केंद्राच्या सेवा-मार्गदर्शनाचा लाभ घेतला. १९५३मध्ये ३४०, १९५४ साली ४०५, १९५५ मध्ये ३९२ आणि १९५६ मध्ये ३० नोव्हेंबरपर्यंत ३५८ स्त्री-पुरुष कुटुंबनियोजन-साधन-सेवा, मार्गदर्शन ह्यासाठी केंद्रात आले.

लाभार्थी केवळ केंद्राजवळच्या भागातूनच येत नसत तर दूरवरच्या वस्त्यांमधूनही येत होते. फॅमिली प्लॅनिंग असोसिएशन ऑफ इंडियासारख्या स्वयंसेवी संस्थांच्या कार्याला जनतेचा, जनसामान्यांचा उत्स्फूर्त उत्साहवर्धक प्रतिसाद मिळतो याचे महत्त्वाचे कारण म्हणजे सर्व पातळीवरील कार्यकर्त्यांची अधिक वेळ काम करण्याची तयारी व यानुसार केलेले प्रत्यक्ष काम. डॉक्टर, परिचारिका व अन्य कर्मचारी यांची कार्यनिष्ठाच कुटुंब सुधार केंद्राच्या लोकप्रियतेस कारणीभूत ठरली आहे.

सप्टेंबर १९५२ मध्ये केंद्र सुरू झाल्यानंतर पहिली १९ वर्षे तेथे सर्व प्रकारची कुटुंबनियोजनाची साधने दिली जात व पुरुषांची शस्त्रक्रिया होत असे. १९७१ पासून स्त्री-शस्त्रक्रिया होऊ लागल्या आणि 'वैद्यकीय गर्भपाताचा कायदा' अमलात आल्यानंतर काही वर्षात गर्भपाताची सोयही करण्यात आली आहे. शस्त्रक्रियांसाठी मानद शल्यविशारद आठवड्यांतून विशिष्ट दिवशी केंद्रात येतात. स्त्री-शस्त्रक्रिया, पुरुष-शस्त्रक्रिया आणि वैद्यकीय गर्भपातासाठी आठवड्यातील २-३ दिवस निश्चित केलेले आहेत.

कुटुंबनियोजन-साधन-स्वीकार हे वैयक्तिक पातळीवर होणारे काम आहे. नाजूक, कामवासनेशी निगडित, खासगी स्वरूपाचे आहे. १९६५-६६ नंतरच कुटुंबनियोजन कार्यास सर्वसाधारणपणे गती आली. कुटुंब-सुधार केंद्राचाही त्याला अपवाद नव्हता. १९४२ ते १९९२ ह्या ४० वर्षांच्या काळात झालेल्या कामाची आकडेवारी बोलकी आहे. पुरुष शस्त्रक्रिया (३०००हून अधिक), स्त्री शस्त्रक्रिया (२२,०००हून अधिक), तोंडी गोळ्या वापरणाऱ्या (१७००हून अधिक), रबरी टोपी,जेली फेस, गोळ्या व इतर साधने (४०००हून अधिक).

वैद्यकीय गर्भपात झालेल्यांची संख्या १६,०००हून अधिक आहे. २४ वर्षात

कुटुंब सुधार केंद्राने ५४ हजाराहून अधिक स्त्री-पुरुषांना कुटुंबनियोजन साधने व शस्त्रक्रिया व अन्य सेवा दिल्या आहेत. ह्या सर्व सेवा विनामूल्य दिल्या आहेत. अलीकडे काही वर्षे वैद्यकीय गर्भपातासाठी येणाऱ्या स्त्रियांकडून नाममात्र शुल्क घेतले जाते. गरीब स्त्रियांना मात्र विनामूल्य सेवा दिल्या जातात.

डॉ. श्रीमती श्रीखंडे १९ वर्षांच्या सेवेनंतर केंद्राच्या कामातून निवृत्त झाल्या. त्यानंतर वैद्यकीय अधिकारी म्हणून डॉ. श्रीमती ज्ञानेश्वरी फडके या केंद्राचे काम पाहात आहेत. डॉ. श्रीमती श्रीखंडे ह्यांनी तत्पर, आस्थेवाईक, निष्ठापूर्वक सेवेची, कामाची परंपरा घालून दिली. ह्यासाठी परिचारिका, आया, वॉर्डबॉय ह्यांचे आवश्यक सहकार्य त्यांनी मिळवले. हीच परंपरा डॉ. श्रीमती फडके जोमाने पुढे चालवीत आहेत.

डॉक्टरांना प्रशिक्षण

कुटुंब सुधार केंद्रात स्थापनेपासून डॉक्टर, आरोग्य कार्यकर्ते, समाज कार्यकर्ते ह्यांना कुटुंबनियोजन कामासंबंधी प्रशिक्षण दिले जात असे. अलिकडे गेली १२-२० वर्षे मात्र वैद्यकीय व्यावसायिकांना योनीमार्गे, दुर्बिणीमार्गे स्त्री-शस्त्रक्रिया, वैद्यकीय गर्भपात ह्यासंबंधीचे तांत्रिक शिक्षण दिले जात आहे. ह्यासाठी असोसिएशनच्या देशातील निरनिराळ्या शाखांमधील वैद्यकीय अधिकारी, वैद्यकीय व्यावसायिक ह्या प्रशिक्षणासाठी केंद्रात येतात. आजवर ५००हून अधिक वैद्यकीय अधिकारी, व्यावसायिकांनी प्रशिक्षण घेतले आहे.

केंद्राच्या लाभार्थींमध्ये मुस्लीम, ख्रिश्चन स्त्री-पुरुषांची संख्या लक्षणीय आहे. मुस्लीम स्त्रिया शस्त्रक्रियेसाठी प्रवृत्त होऊन केंद्रात चांगल्या संख्येने येत आहेत. समाजाच्या सर्व थरातील स्त्री-पुरुष केंद्राच्या सेवा-मार्गदर्शनाचा लाभ घेत आहेत. १९५२ साली पश्चिमरेल्वे (बी.बी.सी.आय) अधिकाऱ्यांनी अल्प भाड्याने ही जागा असोसिएशनला दिली. डॉ. श्रीमती ज्ञानेश्वरी फडके ह्यांना उत्कृष्ट कामाबद्दल शासनाकडून दोन वेळा पारितोषिके व प्रशस्तीपत्र मिळाले आहे. असोसिएशनच्या अध्यक्ष श्रीमती आवाबाई वाडिया यांचे मार्गदर्शन, प्रोत्साहन, अधिकारी व कर्मचाऱ्यांचे सहकार्य आणि केंद्रातील परिचारिका, आया, वॉर्डबॉय व इतर कर्मचारी ह्यांचा केंद्राच्या यशस्वितेत वाटा आहे.

मुंबईतील स्वयंसेवी संस्थेने चालविलेले व इतकी ५५ वर्षे सुविहितपणे चाललेले कुटुंब सुधार केंद्रासारखे कुटुंबनियोजन केंद्र हे बहुधा भारतातील पहिलेच असावे.

५
संघटित औद्योगिक क्षेत्रातील कुटुंबनियोजन कार्यक्रम

आपल्या देशात कुटुंबनियोजन कार्यक्रम सुरू होऊन आता ४० वर्षे झाली. नागरी, ग्रामीण भागात शासकीय व स्वयंसेवी संस्था पातळीवर हा कार्यक्रम राबविला जात आहे. संघटित क्षेत्रात म्हणजे उद्योगधंद्यातही हा कार्यक्रम अमलात आला आहे.

१९५१ ते १९९१ या ४० वर्षात देशाची लोकसंख्या ३६.१ कोटीवरून ८४.३ कोटींपर्यंत वाढली. ह्याच काळात नागरीकरणाचा वेग १७ टक्क्यांवरून २६ टक्क्यांपर्यंत वाढला. दिल्ली, बेंगलोर, भुवनेश्वर, भोपाळ, भिलाई, दुर्गापूर, दिल्लीजवळचे फरिदाबाद, भिवंडी, कोलकत्याजवळील हलदिया व सुरत ह्या शहरांची फार वेगाने वाढ झाली. आपल्या देशातील नागरीकरणात औद्योगिक क्षेत्र हा एक महत्त्वाचा घटक आहे. जून १९९१ च्या शिरगणतीनुसार, ६५ टक्के लोक शेतीवर व ३५ टक्के उद्योग व इतर सेवा क्षेत्रात काम करीत होते. रेल्वे, पोलाद कारखाने, तेलशुद्धीकरण कारखाने आदी सार्वजनिक क्षेत्रातील उद्योग आहेत, तर कापडनिर्मिती, औषधी कंपन्या, अभियांत्रिकी व इतर उद्योग खासगी क्षेत्रात आहेत. कामगारांच्या संख्येनुसार मोठे, मध्यम, लघु असे उद्योगांचे वर्गीकरण सर्वसाधारणपणे केले जाते.

औद्योगिक संस्थांचा सहभाग

गिरण्यांत, कारखान्यांत कुटुंबनियोजनाचे कार्य साधारणत: १९५५-६० ह्या काळात सुरू झाले. ह्या कामास गती आली १९६५ नंतर. कोलकता येथील इंडियन चेंबर ऑफ कॉमर्सने १९६८ साली ११५ कारखान्यांत कुटुंबनियोजन केंद्रे सुरू केली. यामधून १०,००० जोडप्यांना कुटुंबनियोजन साधने, सेवा व सल्ला ह्या बाबतीत

फायदा घेता आला. १९६८ साली चेंबरच्या फिरत्या शस्त्रक्रिया पथकाने १०,००० नसबंदी शस्त्रक्रिया केल्या होत्या. ह्याच बरोबर इंडियन चेंबर्स मुंबई, फेडरेशन ऑफ इंडियन चेंबर्स ऑफ कॉमर्स ॲन्ड इंडस्ट्री, इंडियन टी असोसिएशन, युनायटेड प्लँटर्स असोसिएशन ऑफ साऊथ इंडिया, एम्प्लॉयर्स असोसिएशन ऑफ नॉर्थ इंडिया, फरिदाबाद इंडस्ट्रीज असोसिएशन आदी संस्थांनी ह्या दिशेने बरीच प्रगती केली होती.

सेवा साहाय्याची पाहणी

'फॅमिली प्लॅनिंग असोसिएशन ऑफ इंडिया' ह्या स्वयंसेवी संस्थेने १९६६-७२ या काळात देशव्यापी प्रमाणावर मुंबई, ठाणे, अहमदाबाद, दिल्ली, फरिदाबाद, कानपूर भागातील कारखान्यांमधील कुटुंबनियोजन सेवा साहाय्याची पाहणी केली होती. या पाहणीत असे आढळले की, मुंबई-ठाणे विभागातील २६२ औद्योगिक केंद्रांपैकी केवळ २६.५ टक्के ठिकाणीच कुटुंबनियोजन सेवा साहाय्य दिले जाते. कानपूरमध्ये अवघ्या ९१ ठिकाणी (२२७ पैकी) कुटुंबनियोजनाचा सल्लासाहाय्य देण्याची व्यवस्था होती. अहमदाबादमध्ये २६९ कारखान्यांपैकी फक्त ४१ ठिकाणी, दिल्लीमधील २० (१०२ पैकी) कारखान्यांत व फरिदाबादमधील १५ (२२ पैकी) कारखान्यांतच सेवा-साहाय्य दिले जाते.

असोसिएशनचे कार्य

'फॅमिली प्लॅनिंग असोसिएशन ऑफ इंडिया' ही स्वयंसेवी संस्था भारतात गेली ६० वर्षे काम करीत आहे. संघटित क्षेत्रातही ही संस्था काम करते. असोसिएशनतर्फे संघटित क्षेत्रात हे काम मुंबई, ठाणे आणि १२ शाखांमार्फत गेली अनेक वर्षे चालले आहे. व्यवस्थापन, कामगार संघटना आणि इतर गटांमध्ये सातत्याने प्रयत्न करून गिरण्या-कारखान्यातील पुरुषांना निरोध, शस्त्रक्रिया ह्या सेवा कामाच्या ठिकाणी दिल्या जातात. कामगारांच्या पत्नीस जवळच्या असोसिएशनच्या केंद्रामधून तोंडी गोळ्या, लूप दिले जाते. १९९१ मध्ये १३ केंद्रांतून १०,६५० स्त्री-पुरुषांनी साधने स्वीकारली. १९९० पेक्षा २३ टक्क्यांनी ही वाढ जास्त होती.

कामगारवर्गाचे स्वरूप

गिरण्यातील व कारखान्यातील कामगार केवळ उदरनिर्वाहासाठीच त्या राज्याच्या इतर भागातून व देशाच्या इतर राज्यांतून – मुख्यत: खेड्यातून शहराकडे उद्योगधंद्यांच्या

ठिकाणी येत असतो. उदाहरणार्थ, मुंबई शहरातील कापड गिरण्यात-कारखान्यात काम करणारे कामगार मुख्यत्वेकरून कोकणातून, उत्तरप्रदेश, बिहार आदी राज्यातून आले आहेत. हा कामगारवर्ग आपल्या पोटासाठी, गावातील संसार चालविण्यासाठी शहरातील यांत्रिक वातावरणात राहात असला तरी मनाने, कृती-वृत्तीने तो आपापल्या खेड्यांतच असतो. म्हणजे धार्मिक रूढींचा प्रभाव असलेला, दैववाद मानणारा, ठेविले अनंते तैसेचि राहावे ह्या वृत्तीचा असतो. आपल्या भाग्याचे शिल्पकार आपणच आहोत असे तो समजत नाही. मुले ही देवाची देणगी आहे, मुलगा हा कुलदीपक व वंशविस्तारक आहे, मुलगी ही दुसऱ्याचे धन आहे ह्या भावनेने तो विवाह, कुटुंब ह्याकडे पाहात असतो. अनेक कामगार आपली पत्नी, मुले गावी सोडून एकटेच शहरात राहात असतात. वर्षातून एक-दोनदा गणेशोत्सव, दिवाळी, होळी, पेरणीच्या वेळी रजा घेऊन आपल्या गावी जातात. मुलांचे आरोग्य, त्यांचे लसीकरण, पत्नीची प्रकृती, तिच्या प्रकृतीची काळजी, तिचे शारीरिक व मानसिक स्वास्थ्य हे महत्त्वाचे आहे हे त्यांना समजावून द्यावे लागते

अंमलबजावणी

कोणत्याही उद्योगधंद्यात, गिरणीत, कारखान्यात - मालक, कामगार आणि कामगार संघटना - हे तीन महत्त्वाचे घटक आहेत. कामगारांच्या कुटुंबनियोजन सेवा, सल्ला, मार्गदर्शनासाठी काही व्यवस्थापनांनीच आपल्या कारखान्यात व गिरण्यात सोयी उपलब्ध करून दिल्या आहेत. लार्सन अँड टुब्रो, गोदरेज, टिस्को, टेल्को, बॉंबेडाईंग, व्होल्टास ह्या त्या कंपन्या होत. ही काही कंपन्यांची उदाहरणे आहेत संपूर्ण यादी नव्हे. ज्यांना ह्या प्रश्नाचे गांभीर्य पटले आहे व ज्यांना सेवा साहाय्य देण्याची निकड तीव्रतेने जाणवली अशा गिरणी मालकांनी, कारखानदारांनी आपापल्या गिरण्यात, कारखान्यात कुटुंबनियोजन केंद्रे सुरू केली. शस्त्रक्रिया करून घेणाऱ्या कामगारांना प्रोत्साहन म्हणून विशेष रक्कम दिली. शस्त्रक्रियेनंतर विश्रांतीसाठी ४-६ दिवसांची भरपगारी रजा दिली. काही गिरण्यात, कारखान्यात ह्या कामासाठी स्वतंत्र कर्मचारीवर्ग, समाज कार्यकर्ते, परिचारक नेमले गेले आहेत. वर उल्लेखिलेल्या कंपन्यांनी ह्या कामात विशेष लक्ष घातले व आस्था दाखवली, पुढाकार घेतला. ज्यांना वेगळा कर्मचारीवर्ग नेमता येणे शक्य नसेल अशा छोट्या, कमी कामगार संख्या असलेल्या व्यवस्थापकांनी, साधारणत: ५-६ कारखान्यांनी मिळून एकच समान कार्यकर्ता नेमला आहे. हा कार्यकर्ता आठवड्यातील ठराविक दिवशी एका

कारखान्यांत जाऊन माहिती, सल्ला देण्याचे काम करतो. म्हणजे सहा दिवसात तो सहा कारखान्यांना भेटी देऊन प्रबोधन, प्रशिक्षण, प्रसारामार्फत कामगारांना या कार्याची निकड, महत्त्व पटवून देतो.

''माझ्या आठवणी लिहिण्याविषयी मला सांगण्यात आले तेव्हा मला समजून आले की माझे स्वत:चे जीवन जनसामान्य व संघटनेबरोबर काम करण्यासाठी इतके जुळले आहे की ते एकमेकांपासून वेगळे करणे केवळ अशक्य आहे. स्वयंसेवी संस्था, संघटनांसंबंधी माझा स्वत:चा उल्लेख न करता मी लिहू शकते, पण संस्थांच्या विकासासंबंधी, वाढीसंबंधी आढावा न घेता मी स्वत:विषयी लिहू शकत नाही. कारण मी नेहमीच तेथे होते. कोठे तरी, विशेषत: इंटरनॅशनल प्लॅन्ड पेरेंटहूड फेडरेशन व फॅमिली प्लॅनिंग असोसिएशन ऑफ इंडिया ह्या संस्थांच्या स्थापनेत व वाढीत मी ह्या ना त्या नात्याने गुंतलेली होते. बहुसंख्य वेळा पडद्याआड मागे व काहीवेळा पुढे होते.

श्रीमती आवाबाई वाडिया
"The Light is ours"

६
असोसिएशनचे विविध विकास प्रकल्प

जुलै १९४९ मध्ये मुंबईत फॅमिली प्लॅनिंग असोसिएशन ऑफ इंडियाची स्थापना झाली. त्यानंतर असोसिएशनच्या शाखा मुख्यत: छोट्या-मोठ्या शहरात सुरू झाल्या. शिक्षण, आरोग्य व अन्य सोयी नसलेल्या ग्रामीण भागात ७२ टक्के जनता राहाते. असोसिएशनच्या काही कार्यकर्त्यांना खेड्यामधील कामाचा थोडाफार अनुभव होता, पण खेड्यात प्रत्यक्ष कुटुंबनियोजनाचे काम असे सुरू झाले नव्हते. तेव्हा अमेरिकेतील फुलब्राईट स्कॉलर विल्यम मॉरिसन आपल्या पीएच.डी. प्रबंधासाठी 'कौटुंबिक वृत्ती-प्रवृत्ती व धोरण' एक समाजशास्त्रीय पाहाणी करण्यासाठी महाराष्ट्रात आले होते. त्यांना आर्थिक अडचणींमुळे ती पाहणी पूर्ण करण्यास वेळ लागत होता, काम पुढे जात नव्हते. तेव्हा असोसिएशनने अपुरा निधी असतानाही त्यांना मासिक अर्थसाहाय्य दिले व त्यांना त्या खेड्यातील काही नावे संपर्कासाठी दिली व अशा रीतीने बदलापूरमध्ये (ठाणे) संस्थेचे काम १९५४ मध्ये सुरू झाले. ३००० लोकवस्तीच्या बदलापूर गावात संस्थेने डॉ. श्रीमती लक्ष्मी बंकल ह्यांच्या वैद्यकीय मार्गदर्शनाखाली एक छोटे केंद्र सुरू केले. आठवड्यातून एकदा डॉ. बंकल केंद्रात येत असत. कुटुंबनियोजनासंबंधी माहिती, मार्गदर्शन व सेवा आणि आरोग्य उपचार देण्याचे काम अनेक वर्षे त्यांनी निष्ठेने पार पाडले. कामास गती यावी म्हणून खेड्यात एका आरोग्य सेविकेची नेमणूक झाली. ती गावात राहून आरोग्य व कुटुंबनियोजनाचे काम करू लागली. कामाचा विस्तार होऊ लागला व असोसिएशनने सिंध प्रांतातून फाळणीनंतर निर्वासित अशा २ लक्ष बंधुभगिनींसाठी उल्हासनगर येथे आरोग्य आणि कुटुंबनियोजन कार्य सुरू केले. श्रीमती आय आयलिन जॉन ह्या सेवाभावी आरोग्य सेविकेने कामास वेग आणला. अमेरिकेस परतल्यानंतर डॉ. विल्यम मॉरिसन यांनी

‘कुटुंबनियोजनासंबंधी स्त्री-पुरुषांची वृत्ती-प्रवृत्ती’ ह्या विषयी दोन लेख ‘मिल बँक मेमोरियल फंड’ या त्रैमासिकात प्रकाशित केले. असोसिएशनचे ग्रामीण भागातील कार्य १९६४ मध्ये ठाणे जिल्ह्यातील भाईंदर व जवळील १४ खेड्यात सुरू झाले. भाईंदर प्रकल्पाचा एक उद्देश होता - स्थानिक जनसमुदायातील स्त्री-पुरुष निवडून त्यांना आधारभूत पाहणी (Baseline Survey) करण्यासाठी प्रशिक्षण देणे व नंतर ते कुटुंबनियोजन कार्यकर्ते होतील अशी आखणी करणे. कुटुंबनियोजन शस्त्रक्रिया करून घेण्यासाठी तयार असणाऱ्या स्त्री-पुरुषांना मालाड (मुंबईतील उपनगर) येथील स.का.पाटील आरोग्यधाम येथे पाठविण्याची सोय व व्यवस्था केली जात होती. ज्या दांपत्यांना मुले होण्यासाठी अडचणी होत्या त्यांना पुढील मार्गदर्शन, सल्ला, उपचारासाठी असोसिएशनच्या मुंबईतील ऑपेरा हाउसजवळील फॅमिली वेल्फेअर ब्यूरो येथे पाठविले जात होते. जिल्हा परिषदेच्या दवाखान्यात असोसिएशनच्या डॉक्टरांच्या गटाने स्त्री-पुरुष शस्त्रक्रिया केल्या होत्या. ग्रामीण भागात कुटुंबनियोजन काम कसे सुरू करावे, स्थानिक जनसामान्यांचा सहभाग कामात कसा घ्यावा, तो वाढवावा आणि स्थानिक शासकिय अधिकाऱ्यांशी संपर्क व साहाय्य कसे मिळते ह्या दृष्टिने भाईंदर प्रकल्प उपकारक ठरला.

अलाहाबाद कृषी संस्थेबरोबरचा प्रकल्प

आतापर्यंतचे काम महाराष्ट्रातील ग्रामीण भागात सुरू होते. त्यानंतर असोसिएशनने एक वेगळे, विस्ताराने व्यपक क्षेत्र निवडण्याचे ठरविले. डॉ. लेसेल डेव्हिड व त्यांच्या पत्नी डॉ.एमिला डेव्हिड ह्यांनी एक प्रकल्प सुचविला. अलाहाबाद ॲग्रिकल्चरल इन्स्टिट्यूटबरोबर कुटुंबनियोजन कार्यक्रम राबविण्याची सूचना होती. शेतकऱ्यांना नवीन कृषीपद्धतींसंबंधी प्रशिक्षण दिले जात होते. शेतकऱ्यांनी रोपटी अंतराअंतराने लावावीत असे सांगण्यात येत होते. पिकाची चांगली वाढ व्हावी हा त्या मागचा उद्देश होता. छोट्या जमिनीत पिकांची गर्दी झाली तर पिकांची वाढ योग्य, कसदार होणार नाही. या उदाहरणाने दोन मुलांत अंतर ठेवण्यासंबंधी सांगण्यात येत होते.

१९७२ मध्ये पूर्व उत्तर प्रदेशातील दुर्लक्षित अशा ४९९ खेड्यांतील एक लक्ष ६० हजार लोकसंख्येसाठी पंचवर्षीय प्रकल्प सुरू झाला. स्त्री-पुरुष स्वयंसेवी कार्यकर्ते म्हणून निवड होऊन त्यांचे प्रशिक्षण झाले. प्रशिक्षित स्वयंसेवी कार्यकर्त्यांनी घरोघरी जाऊन विहिरींचे शुद्धीकरण, चांगल्या बीजांची माहिती, भरपूर उत्पन्न देणारे तांदुळाचे पिकांचे प्रकार, फलोत्पादन, परसबाग अशी शेतीविषयक माहिती दिली व त्याचवेळी कुटुंबनियोजन व कुटुंबनियोजन साधनांसंबंधी माहिती, मार्गदर्शन केले. दहा खाटांचे

एक आरोग्यकेंद्र सुरू झाले व त्याची जबाबदारी डॉ. एमिला डेव्हिड ह्यांनी समर्थपणे पार पाडली. प्रसूतिपूर्व व प्रसूतिनंतरच्या सेवा, गर्भपात शस्त्रक्रिया, जीवनसत्त्व गोळ्या त्या देत असत व सामान्य औषधोपचारही डॉ. डेव्हिड करत. एका मोठ्या मेळ्यामध्ये गुरांचे प्रदर्शन, उंटावरच्या सफरी, भाजीपाला, कपडे, हस्तकला वस्तू ह्यांचे स्टॉल्स, त्याबरोबरच संगीत, नृत्य कार्यक्रम व कुटुंबनियोजन सल्लाकेंद्र आयोजित केले होते. अनेक खेड्यांतून हजारो स्त्री-पुरुष मेळ्यासाठी आले होते. त्याच वेळी फेडरेशनचे डॉन लुबिन, वॉर्नान अलुविरारे व असोसिएशनच्या अध्यक्ष आवाबाई वाडिया व ज्येष्ठ अधिकारी श्री मेवालाल तेथे आले होते. ग्रामीण जीवनात गरिबी, दारिद्र्य असूनही अनेक स्टॉल्स, प्रदर्शना मार्फत समृद्ध संस्कृती खेड्यापाड्यात वसत आहे हे दिसून आले. विद्यमान योग्य दांपत्यांपैकी २० टक्के दांपत्यांपर्यंत पोहोचण्याचे उद्दिष्ट होते. पाच वर्षाचे अखेरीस डिसेंबर १९७६ मध्ये हे उद्दिष्ट पूर्ण झाले होते व दांपत्यांनी त्यांना योग्य ते साधन स्वीकारून वापरले. ह्या यशामुळे प्रकल्प मुदत एक वर्षाने वाढली व अलाहाबाद जिल्ह्यात आणखी ८० गावातील एक लक्ष लोकसंख्येपर्यंत कुटुंबनियोजन सेवा दिली.

ग्रामीण भागातील अज्ञान, निरक्षरता, दुर्लक्षित - उपेक्षित जनतेच्या अडचणी, ग्रामीण भागातील जनतेची सोशिकता व ऐक्य ह्या साऱ्यामुळे असोसिएशनच्या स्वयंसेवी कार्यकर्त्यांचे व क्षेत्रिय कर्मचाऱ्यांचे शिक्षण होत गेले, प्रबोधन झाले. स्थानिक शासकीय अधिकाऱ्यांबरोबर संबंध सौहार्दाचे होते. विस्तीर्ण मोठ्या उपेक्षित भागात काम करण्यासाठी संस्थेचा मंत्र होता 'काम करता करता शिक्षण'

कर्नाटक प्रकल्प

नंतरचा सर्वात मोठा प्रकल्प कर्नाटक राज्यातील होता. कर्नाटक विद्यापीठाच्या कुलगुरूंच्या संमतीने लोकसंख्या शिक्षणासंबंधी एक-दोन वर्षांचा प्रकल्प सुरू केला. नवनियुक्त 'लोकसंख्या शिक्षण अधिकारी' श्री. शेषगिरी राव ह्यांनी व्याख्याने व चर्चात्मक कार्यक्रम आयोजित केले. ह्या प्रकल्पामुळे विद्यापीठातील विद्यार्थ्यांना लोकसंख्या प्रश्नासंबंधी माहिती व शिक्षण देता आले. असोसिएशनच्या कार्यकारी सचिव श्रीमती कुमठा राव व अध्यक्ष श्रीमती आवाबाई वाडिया यांनी प्रदीर्घ चर्चेनंतर लोकसंख्या प्रश्नासंबंधी सखोल जाणीव व जागृती निर्माण व्हावी म्हणून एक नवीन प्रकल्प आखून तयार केला. ह्या प्रकल्पाची अंमलबजावणी कर्नाटकाच्या दोन विभागात - बेळगाव व गुलबर्ग्याचा काही भाग- ६५ लक्ष ग्रामीण जनतेमध्ये द्यावयाची होती. ह्या विभागात अनेक शैक्षणिक व कल्याणकारी संस्था काम करीत

होत्या. त्या स्वयंसेवी संस्थांचा ह्या मोठ्या प्रकल्पाच्या कामात सहभाग होता. त्या भागात असोसिएशनच्या शाखा कार्यरत होत्या आणि संस्थेचे स्थानिक स्वयंसेवी कार्यकर्ते ह्या मोठ्या प्रकल्पासंबंधी विशेष उत्सुक, आस्थाशील होते. १९७८ पर्यंत चाललेल्या पंचवर्षीय मंडळाचे प्रमुख होते डॉ. शेषगिरी राव. ग्रामीण भागात काम करण्यासाठी स्थानिक प्रशिक्षित कार्यकर्त्यांची फिरती पथके (गट) होती. ह्या कामाची दोन उद्दिष्टे होती - लोकसंख्याप्रश्नासंबंधी जाणीव-जागृती तीव्रतेने व विशेष गतीने निर्माण करणे व विकास कार्यक्रमाशी त्याची सांगड घालणे. ग्रामीण भागातील विविध कार्यांसाठी अंदाजे ६०० स्थानिक नेत्यांचे प्रशिक्षण झाले व अनेक प्रकारची १५५ मंडळे स्थापन झाली. कुटुंबनियोजन साधनांचा स्वीकार व वापर मात्र संथ गतीने झाला होता. प्रजोत्पादनासंबंधी माहिती, आकडेवारी व मते, दृष्टिकोन व प्रत्यक्ष स्वीकार ह्या विषयी एक Baseline पाहाणी, पाच जिल्ह्यातील (चार जिल्हे प्रकल्पाचे आणि एक बेळगाव विभागाचा, बाहेरचा जिल्हा) बेल्लारीमधील. कसेही निवडलेल्या (Randomly) क्षेत्रामध्ये १९७४ साली करण्यात आली. १९७८ मध्ये समाप्त झालेल्या प्रकल्पाने नवीन धडे, पाठ, गोष्टी शिकविल्या.

१९७९ च्या प्रारंभी 'एकात्मिक ग्रामीण कुटुंबनियोजन व माता-बाल-आरोग्य कार्यक्रम' सुरू झाला. ह्या कार्यक्रमाच्या अंमलबजावणीसाठी पूर्वीच्या १७ तालुक्यापैकी ४० हजार-५० हजार लोकसंख्येचे सहा तालुके निवडून हा कार्यक्रम त्या प्रत्येक तालुक्यातील शासकीय, प्राथमिक आरोग्य केंद्राभोवतीच्या नियंत्रित क्षेत्रात राबविला गेला. असोसिएशनच्या मुंबईतील प्रधान कार्यालयाच्या एकूण मार्गदर्शनानुसार धारवाड शाखा कार्यालयाच्या पथकाकडून कामाची अंमलबजावणी झाली. प्रकल्पातून अंती मौलिक फलनिष्पत्ती झाली. केवळ कुटुंबनियोजन साधने स्वीकारणाऱ्यांच्या संख्येत नुसती वाढच नव्हे तर ग्रामीण भागात कुटुंबनियोजनाचे काम कसे करावे ह्यासंबंधी एक मुख्य, मूलभूत गोष्ट समजली ती म्हणजे कार्यक्रमाची नाळ जनसामान्यांशी जुळायला हवी, तो कार्यक्रम त्यांना हवासा वाटायला हवा.

वाराणसी विद्यापीठ प्रकल्प

१९७८-७९ मध्ये फोर्ड फौन्डेशनच्या कार्यक्रम अधिकारी डॉ. श्रीमती सरोज पचौरी असोसिएशनकडे 'प्रकल्प तपशील मसुदा' घेऊन आल्या. उत्तर भारतातील ग्रामीण भागात कुटुंबनियोजन साधनांचे सामुदायिक वाटप करण्यासंबंधीचा हा अभिनव प्रकल्प होता. वाराणसी हिंदू विद्यापीठातील 'प्रतिबंधक व सामाजिक उपचार (Preventive and social medicine) विभागाच्या' सहकार्याने ह्या प्रकल्पाची कार्यवाही

असोसिएशनने करावी अशी सूचना व योजना होती. अगदी कमी आरोग्य सेवा उपलब्ध असलेल्या ग्रामीण क्षेत्रात त्या विभागाने अनेक आरोग्य कार्यक्रम त्यापूर्वी राबवले होते. असोसिएशनच्या अध्यक्ष श्रीमती आवाबाई वाडिया ह्यांनी प्रकल्पाचा हेतू, उद्दिष्ट मान्य होते पण केवळ कुटुंबनियोजन साधनांच्या वाटपामुळे कुटुंबनियोजनाचा स्वीकार वाढणार नव्हता. खेड्यापाड्यातील जनसामान्यांनी कुटुंबनियोजन कार्यक्रमाचे स्वागत, स्वीकार करावा म्हणून त्यांना माहिती देऊन प्रबोधन करणे महत्त्वाचे आहे, आवश्यक आहे असा अध्यक्ष श्रीमती आवाबाई वाडिया ह्यांचा दृष्टिकोन होता. विभागाचे प्रमुख श्री. एस.एम. मारवा ह्यांनी असोसिएशनच्या पदाधिकारी व कार्यक्रम प्रमुख ह्यांच्याशी चर्चा केल्या आणि श्रीमती वाडिया यांनी सुचविलेल्या महिला विकासाच्या कार्यक्रमासह प्रकल्प आराखडा तयार झाला.

ऑक्टोबर १९७९ मध्ये अध्यक्ष श्रीमती आवाबाई वाडिया ह्यांच्या हस्ते चिरगाव विभागातील नारायणपूर खेड्यात ह्या प्रकल्पाचे उद्घाटन झाले. वाराणसी जिल्ह्यातील एकूण १२ लक्ष लोकसंख्या असलेल्या १२४२ खेड्यात हा प्रकल्प पाच वर्षे राबविला गेला. हा बहुसंस्थांचा, बहुशाखीय प्रकल्प अभिनव, महत्त्वाकांक्षी व गुंतागुंतीचा होता. ग्रामीण भागातील अनेक प्रकारच्या स्वयंसेवी संस्था, असंख्य कार्यकर्ते, ग्रामीण नेते ह्यांच्या सहकार्याने, प्रयत्नांमुळे कुटुंबनियोजन साधन वाटप, प्राथमिक आरोग्य सेवा, महिला विकास व ग्रामकल्याण कार्यक्रम राबविले गेले. ८७७ सरपंच संयोजक हे प्रकल्पाचे आधार होते. त्यापैकी ३३ टक्के आयुर्वेद वा होमिओपॅथी डॉक्टर होते. इतरांमध्ये होते रजिस्टर्ड वैद्यकीय डॉक्टर्स, दुकानदार, शिक्षक, छोटे व्यापारी इत्यादी होते. ह्या कार्यकर्त्यांनी जनसामान्यात कुटुंबनियोजनासंबंधी जाणीव, जागृती निर्माण करून पाळणा लांबविण्यासंबंधी कुटुंबनियोजन साधनांची माहिती देऊन ती लोकांनी स्वीकारावी म्हणून प्रयत्न करावयाचे होते. असोसिएशनने भरीव आर्थिक व तांत्रिक साहाय्य ह्या प्रकल्पासाठी दिले. विद्यापीठ विभागाचे डॉ. मारवा, प्रो. तिवारी व डॉ. एन.एस.एन.राव यांचे अमोल साहाय्य लाभले.

वाराणसीजवळच्या ग्रामीण भागात सामाजिक चालिरीती व पारंपारिक जीवनशैली फारशा बदललेल्या नाहीत. कर्मठ, पुरुषप्रधान समाजात परिवर्तन वेगाने होत नाही. अवघ्या १० % स्त्रिया साक्षर होत्या. घुंघटचा प्रभाव वरच्या वर्गातील स्त्रियात होता. पाच वर्षांनंतर प्रकल्प संपणार होता. वाराणसी हिंदू विश्वविद्यापीठने हा प्रकल्प आणखी पाच वर्षे राबवावा अशी सूचना असोसिएशनला केली. असोसिएशनने अर्थसाहाय्य उपलब्ध करून देण्याची सोय केल्यामुळे हा प्रकल्प एकूण दहा वर्षे

चालला. फोर्ड फौंडेशनच्या पुस्तिकेत प्रकल्प प्रभावासंबंधी म्हटले आहे, 'एकूण कुटुंब नियोजन साधन स्वीकार प्रमाण ७.५% वरून (१९७९) ३३ % (१९८४) आणि ३७.४२ % (१९८३) पर्यंत वाढले. उत्तर प्रदेश राज्याचं सरासरी प्रमाण होतं १५.२% (१९८४). कुटुंबनियोजन साधनांचे वाटप (Community based distribution) पाळणा लांबवण्यासाठी विशेष करून यशस्वी झाले. ह्यापैकी अवघ्या ११% शस्त्रक्रिया करून घेतल्या. प्रकल्पामुळे प्रकल्पक्षेत्रात ७०.२ % निरोध वापरणारे व २८.६% स्त्रिया गोळ्या घेणाऱ्या होत्या.

मालूर प्रकल्प (कर्नाटक)

कर्नाटक राज्यात बंगलोरजवळ मालूर येथे १९७० दशकाच्या प्रारंभास हा प्रकल्प सुरू झाला. जागतिक बँकेचे अर्थसाहाय्य लाभलेला व स्वीडिश इंटरनॅशनल डेव्हलपमेंट ॲथॉरीटी व कर्नाटक शासनाचा संयुक्त पुरस्कार व पाठिंबा मालूर प्रकल्पास मिळाला होता. उद्दिष्ट होते लोकसंख्या नियंत्रण व कुटुंबनियोजन कार्यक्रमाचा प्रसार. पाच स्वतंत्र कार्यनीति व पद्धती अवलंबल्या गेल्या. प्राथमिक आरोग्य केंद्राचे 'कुटुंबनियोजन व माता-बालक स्वास्थ्य' कार्यक्रम स्वयंसेवी संस्थेने राबवणे, शास्त्रीय पायावर आधारित प्राथमिक आरोग्य सेवा व्यवस्थापन संघटित करणे, वैद्यकीय व तांत्रिक निमवैद्यकीय कर्मचारी वर्गाची तांत्रिक पात्रता व कौशल्य वाढवून कार्यक्षमतापूर्वक सेवा उपलब्ध करून देणे. कुटुंबनियोजन कार्याची लक्ष्ये (Targets) पुरी करण्याची जबाबदारी आरोग्यखाते कर्मचाऱ्यांखेरीज इतर शासकीय संस्थांवर सोपवणे आणि कुटुंबनियोजन साधने स्वीकारणाऱ्या स्त्री-पुरुषांना पैशात भरपाई न देता इतर स्वरूपात देणे. ह्या त्या पाच कार्यशैली व नवीन योजना होत्या. कर्नाटक शासनाने प्रारंभिक आरोग्य केंद्र (मालूर)ची तांत्रिक व प्रशासकीय जबाबदारी 'फॅमिली प्लॅनिंग असोसिएशन ऑफ इंडियाकडे' वर्ग (Transfer) केली. असोसिएशनने ह्या प्रकल्पासाठी बंगलोर येथे स्थानिक संपर्क समिती स्थापन केली. ह्या प्रकल्पाची आखणी, कार्यकारी योजना, समन्वयासाठी मुंबईत असोसिएशनच्या प्रधान कार्यालयात एक गट स्थापित झाला. प्रकल्प राबविण्याचा असोसिएशनचा मार्ग होता. प्रामुख्याने प्रभावी प्रबोधनाचा, जाणीव जागृतीचा. उद्देश होता कुटुंबनियोजन व माताबालक स्वास्थ्य कार्यक्रमाची सुयोग्य सांगड जनसामान्यांच्या सहकार्याने, कृतीने समाज विकासाशी घडवून आणणे. कार्याची त्रिसूत्री होती - महिला, तरुण, शेतकरी ह्यांची स्थानिक मंडळ स्थापना, छोटी छोटी कामे करण्यासाठी मंडळ सभासदांचे प्रशिक्षण, इतर स्वयंसेवी संस्थांना व

त्यांच्या कुशलतेला समाजहितासाठी कार्यक्रमात गुंतविणे. प्रबोधन, प्रशिक्षण कार्यक्रम आयोजित केल्यानंतर महिला, युवक, शेतकरी यांच्या मंडळांचे एक मोठे जाळेच निर्माण झाले आणि त्यामध्ये आरोग्य व कुटुंबनियोजन कार्यक्रमांचा सहज प्रवेश झाला. ह्या मंडळाच्या कार्यक्रमातून एक सामूहिक समाज भावना निर्माण झाली. युवक वर्गासाठी खेळ, चर्चा, वक्तृत्व कार्यक्रम योजून ते पार पाडण्यासाठी संधी व साधन मिळाले. मंडळाच्या कार्यक्रमात विविधता होती. भजन, शिवणकाम, अन्नप्रक्रिया, शिंपी काम ह्या साऱ्यांमधून मंडळाच्या सदस्यांना काम करून अर्थार्जन करता आले हे विशेष होय. केसरगेरे खेड्यात एका स्थानिक धनिकाने महिला मंडळाला एक छोटी, पक्की इमारत दान म्हणून सुपूर्त केली. असोसिएशनने 'ऑक्सफॅम' संस्थेकडून रेशीम कामासाठी रु. २,१५,०००/-ची रक्कम मंडळास मिळवून दिली. तेथे १८ स्त्रियांना रोजगार मिळाला. असोसिएशनने इतर स्वयंसेवी संस्थांना कर्नाटक बालकल्याण समिती, नॅशनल इन्स्टिट्युट ऑफ मेंटल हेल्थ ॲण्ड न्यूरोसायन्स, कॅनरा बँक, रोटरी-लायन्स क्लब आदींनी ह्या प्रकल्पात सामील करावयाचे ठरवून त्यांचा सहभाग, सहकार्य संपादन केले. स्वयंसेवी संस्थांचा सहभाग असल्यामुळे मालूर प्रकल्पाचे महत्व, वैशिष्ट्य प्रकर्षाने दिसून आले.

जनसामान्यांचा प्रतिसाद भरपूर होता. त्यांना प्रकल्प कामाचे महत्त्व पटले होते. ७१० मंडळांची स्थापना झाली. ती सर्व कार्यरत होती आणि त्यांची एकूण सदस्य संख्या होती २१,८६४. जनसामान्य एकमेकांमध्ये मिसळून काम करू लागले. एक महत्त्वाचा सामाजिक बदल झाला. नवीन वेगळे शिकण्यास, काम करण्यास तरुण मुलींना त्यांच्या मंडळाकडून संपूर्ण पाठिंबा, प्रोत्साहन मिळाले. तरुण, वृद्धजन यांना एक प्रकारचा आत्मविश्वास लाभला आणि सारे जीवनच बदलले. प्रकल्प कार्यात वैविध्य, उपयुक्तता होती. १२६ आरोग्य शिबिरे आयोजित केली गेली त्यामधून १५ ते ४५ वयोगटातील योग्य दांपत्यांपैकी ९०% दांपत्यांनी एक किंवा दोन कुटुंबनियोजन साधनांचा स्वीकार केला. नेत्र, कान, नाक व घसा, त्वचा रुग्णांची तपासणी झाली. ६४० प्रतिबंधक लस टोचणी शिबिरे, ९२ सुदृढ बालक कार्यक्रम, ७२२ आहार प्रात्यक्षिके, ३०७ नवीन पाणी पुरवठा योजना पूर्ण झाल्या. ६२४ रस्ते सफाई झाली. स्थानिक श्रमदान कार्यक्रमातून ७०९ रस्ते, ४३६ शाळांची, रुग्णालयांची, सार्वजनिक इमारतींची दुरुस्ती. शासकीय योजनेद्वारे शासन निधीतून ३१० घरे, १०३ खेड्यातील जनसामान्यांना वीज सोयी मिळाल्या. शेतकरी कुटुंबांना गरजेनुसार खूप साहाय्य मालूर प्रकल्पाद्वारे लाभले. ५२० कुटुंबांना सुधारित बी-बियाणे, खते,

कीटकनाशके प्राप्त झाली. २१० कुटुंबांना नवीन सिंचन योजना, सोयींचा लाभ मिळाला. १०७ भूमीहिन कुटुंबांना जमिनींचे वाटप झाले. २१८ पशुवैद्यक शिबिरे आयोजित केली. २१० कंपोस्ट खड्डे खणण्यात आले. मालूर तालुक्यात ३११६ जनावरांची लसटोचणी झाली. ३१७ वृक्षारोपण कार्यक्रम होऊन खेडुतांनी स्वत:च्या उपक्रमशीलतेने तालुक्यात ७५,४२० रोपे वाटली.

१५ वर्षात ग्रामीण जीवनात लक्षणीय बदल झाला. बालमृत्यू प्रमाणात घट झाली. ते प्रमाण दरहजारी ६६ वरून २० वर आले. विवाह वय १५ वरून २० झाले. जन्मप्रमाण दर १००० लोकसंख्येस ३३.५ वरून १८.७ इतके झाले. कुटुंबनियोजन कार्याचा स्वीकार १२ टक्क्यांवरून ७६ टक्क्यांवरपर्यंत उंचावला. कुटुंब आकार २.५ मुलं इतका झाला. ९० टक्के जोडपी साधने वापरू लागली. सुधारणा प्रमाण २१.६ टक्क्यावरून ५२ टक्के झाले. सहा हजार बालकांसाठी पूर्वप्राथमिक शाळा सुरू झाल्या. बालकांची उपस्थिती ९० टक्के होती. मार्च १९७९मध्ये हा प्रकल्प समाप्त झाला. प्रकल्पातील चांगल्या कामामुळे कर्नाटक शासनाने असोसिएशनला काम चालू ठेवण्याची विनंती केली. असोसिएशनने तांत्रिक नियंत्रण ठेवून प्रशासकीय नियंत्रण शासनाकडे दिले. १९८६ मध्ये खेडूतांनी मलूर समुदाय सुधार समितीमार्फत कामाची जबाबदारी स्वीकारली. १९९२मध्ये असोसिएशन पूर्णपणे कामातून मागे आली, परतली. तत्कालीन महासचिव (आय.पी.पी.एफ.) श्रीमती इंगर ब्रुजेगमन गौरी १९९५ मध्ये बिदुनर ह्या छोट्या गावातील प्रकल्प पाहाण्यास आल्या होत्या. गावकऱ्यांनी समारंभपूर्वक त्यांचे, आवाबाई वाडिया, इतरांचे स्वागत केले. त्यांच्या हस्ते दीपप्रज्वलन होऊन मोहिमेचा शुभारंभ झाला.

मध्यप्रदेशात जबलपूरजवळ कुंडम प्रकल्प १९८०-९२ पर्यंत कार्यान्वित झाला. त्या काळात कुटुंबनियोजन स्वीकार २० टक्क्यांवरून ६८ टक्के झाला. जन्मप्रमाण दर हजारी ३३ वरून १४ वर आले. बालमृत्यूप्रमाण दरहजारी १२० वरून ३२ इतके झाले. स्त्री-साक्षरता प्रमाण ७ टक्क्यांवरून ४५ टक्के झाले. असोसिएशनच्या ग्रामीण प्रकल्पांमार्फत लक्षणीय काम झाले.

७
कोकणातील स्त्रीशस्त्रक्रिया शिबिर

डॉ. जानकी देसाई कायम घाई घाईत आणि कामाचा दांडगा उत्साह असणाऱ्या डॉक्टर. त्यांच्याशी चर्चा करणेसुद्धा कसे अगदी भराभर. जी माहिती हवी ती पटापट सांगणार आणि म्हणणार, 'चल अजून तुला काय पाहिजे असेल तर भेट किंवा फोन कर.' त्यांनी फॅमिली प्लॅनिंग असोसिएशन ऑफ इंडिया (एफ.पी.ए.आय.) या संस्थेत भरपूर काम केले आहे आणि अजूनही करतच आहेत.

त्यांच्या कॅम्पच्या दिवसांबद्दल त्यांच्याशी बोलण्याचा अवकाश की त्या अगदी त्या दिवसांमध्ये गेल्यासारख्या रंगून जाऊन बोलायला लागतात. साधारण २८-२९ वर्षांपूर्वीचा काळ. त्यावेळी, फॅमिली प्लॅनिंग असोसिएशन ऑफ इंडिया ही संस्था राज्य सरकारच्या मदतीने कुटुंबनियोजन शस्त्रक्रियांचे कॅम्प घेत असे. एफ.पी.ए.आय. ही स्वयंसेवी संस्था कुटुंबनियोजनाच्या कार्यात अग्रेसर असणारी संस्था आहे आणि तेव्हाही होती. त्यामुळे शस्त्रक्रियांमध्ये निष्णात तज्ज्ञांची टीम तयारच असे. हे कॅम्प कोकणातील खेडेगावात घेतले जात असत. त्या ठिकाणी उपलब्ध जागा ही बहुतेक वेळा शाळांमधील असे, त्यामुळे जिल्हा आरोग्य अधिकारी, स्थानिक शाळा आणि इतर लोकांशी संपर्क साधून शनिवार-रविवारच्या सुट्ट्यांचा उपयोग कॅम्पसाठी केला जात असे. शस्त्रक्रिया करणाऱ्या डॉक्टरांची टीम, वॉर्डबॉय, आयाबाई आणि व्यवस्था करण्यासाठी एकदोन एफ.पी.ए.आय.चे ऑफिसर असे सर्वजण शनिवारी रात्री मुंबईहून निघत असत. रविवारी पहाटेपासूनच शस्त्रक्रियांना सुरुवात होई. एकाचवेळी तीन ते चार टेबलवर वेगवेगळे तज्ज्ञ शस्त्रक्रिया करण्याचे काम करत असत. रविवारी रात्री उशिरा तिथून निघायचे आणि सोमवारी पहाटे मुंबईत पोहोचायचे. या टीममधले बहुतांश डॉक्टर हे मानद सेवा म्हणून काम करत असत.

पण या सगळ्या नावाजलेल्या डॉक्टरांनी कॅम्पला मनापासून हातभार लावला. कधीच कुणी 'मला हे मिळाले नाही, अशीच गैरसोय झाली' अशा तक्रारी केल्या नाहीत. एकावेळी कॅम्पमध्ये शेकड्याच्या हिशोबात शस्त्रक्रिया होत. काही खेडेगावात तर नीटपणे चहापाणी मिळण्याचीसुद्धा सोय नसे पण एक वेगळे कामाचे समाधान होते. टीमवर्क करण्याची एक वेगळीच नशाच होती. त्या काळात आपण काम करून राष्ट्रीय कार्यक्रमाला हातभार लावू शकतोय हेच समाधान मोठ्ठे होते. टीमवर्क करण्याची एक वेगळीच नशा होती. सोमवारी येऊन परत आपल्या प्रॅक्टीसमध्ये गुंतायचे पण थकलोय, कंटाळा आला, प्रवास नको इतका, अशासाठी आमच्याकडे वेळच नव्हता असे डॉ. जानकी देसाई आवर्जून सांगतात. या सर्व तज्ज्ञ मंडळींच्या चहापाणी-नाश्ता सगळी सोय त्यावेळी एफ.पी.ए.आय.मध्ये ड्रायव्हर म्हणून काम करणारा फकीरा होता - तो करीत असे. हा फकीरा आणि सतत लागणारी हत्यारे स्टरलाइज करण्याच्या कामात जराही चालढकल न करणाऱ्या आयाबाई यांची ही आठवण डॉ. देसाई आवर्जून काढतात. त्याच म्हणत की ही मंडळी जर इतक्या प्रभावीपणे मन लावून काम करणारी नसती तर हे सतत चालणारे कॅम्प यशस्वी होऊच शकले नसते.

हे दिवसच कामात गुंतून भारावून जाण्याचे होते. सगळी मंडळी मजेत काम करायची. एकमेकांशी खूप गप्पा मारायची, चेष्टामस्करी करायची त्यामुळे थकव्याऐवजी खूप मजा येत असे. ते दिवसच खूप छान होते अस म्हणत डॉ. देसाई त्या आठवणींमधून परत वास्तवात परततात. आजच्या डॉ. देसाई या त्यावेळच्या डॉ. पंजाबी म्हणून सर्व एफ.पी.ए.आय कुटुंबाला माहीत होत्या.

८
मंडळे परिवार प्रगतीसाठी

'फॅमिली प्लॅनिंग असोसिएशन ऑफ इंडियाच्या' कामाची सुरुवातच मुंबईत झाली. मुळात स्त्रियांना वारंवार येणाऱ्या गर्भारपणाला तोंड द्यावे लागते. त्यातून तिचे पूर्ण आरोग्यच धोकादायक ठरू लागते आणि तिचे आयुष्यच यातनामय होऊन जाते. या यातनांमधून तिची सुटका करून घ्यायची तर कुटुंबनियोजनाचा पर्याय योग्य ठरू शकेल. या विश्वासावर एफ.पी.ए.आय.च्या कामाचा भर दिलेला आहे. या एका कामातूनच अनेक पर्याय आणि कामांच्या विषयांची निवड होत गेली आणि अनेकांगांनी काम वाढत गेले ही वस्तुस्थिती आहे. यातूनच असे लक्षात आले की कुटुंबनियोजन म्हटले की फक्त प्रजोत्पादन वयोगटातील स्त्री-पुरुष या कार्यक्रमात सहभागी होऊ शकतात. पण सर्वसमावेशक आणि निरनिराळ्या वयोगटांच्या लोकांना एकत्र आणता यायला हवे म्हणून त्यावेळच्या मुंबईतील वस्त्यांमधून चालणाऱ्या कामाची जबाबदारी सांभाळणाऱ्या श्रीमती प्रमिलाबेन ठाकोर यांनी 'परिवार प्रगती मंडळ' ही संकल्पना मांडली आणि त्यानुसार मुंबईच्या उपनगरात काम चालू केले. पश्चिम उपनगरात मुंबई सेंट्रलपासून बोरिवलीपर्यंत तर सेंट्रल लाइनवरच्या उपनगरांमध्ये सायनपासून ठाण्यापर्यंत ही 'परिवार प्रगती मंडळे' स्थापन करण्यात आली. या मंडळांमध्ये दुपारच्या वेळेला अनेक बायका थोडा वेळ देऊ शकतील अशी वेळ ठरवून सर्व वयोगटातील स्त्रिया व मुलींसाठी कार्यक्रमांचे नियोजन करण्यात येऊ लागले. जास्तीत जास्त महिलांशी जवळून संपर्क यावा म्हणून प्रत्येक परिवार प्रगती मंडळातर्फे बालवाडी चालविण्यात येऊ लागली. सुरुवातीला ठरावीक दिवशी महिला एकत्र जमू लागल्या. मग त्या दिवशी वेगवेगळ्या विषयांना धरून चर्चा, तज्ज्ञांचे मार्गदर्शन, काही स्पर्धा असे

कार्यक्रम चालू झाले. या विषयांत रोजच्या खाण्यापिण्यापासून, कपडे, आजूबाजूला घडणाऱ्या घटना, आरोग्य, शिक्षणाचे महत्त्व, महिला सक्षमीकरण, महिलांसाठी असणारे कायदे, फॅशन, नवनवे प्रयोग अशा सर्वच विषयांचा समावेश केला जात असे. त्यानंतरची पायरी म्हणजे आता महिलांना आर्थिक दृष्ट्या सक्षम बनविणे. आपला घर-संसार सांभाळून मिळेल त्या वेळात आपल्या हातखर्चापुरते काही अर्थार्जन करता यावे असा मूळ उद्देश ठेवलेला होता. त्यासाठी मग टेलरिंग क्लास, मेणबत्त्या बनवणे, फिनेल/साबण बनवणे, फुलांच्या डेकोरेशनमध्ये असणाऱ्या निरनिराळ्या रचना, ब्युटिशियनचे धडे देणे - असे कौशल्य प्राप्त करून देणारे प्रशिक्षण वर्ग चालू झाले. यातूनच अनेकजणी एफ.पी.ए.आय.ने चालविलेल्या क्लिनिकसाठी लागणारे कपडे शिवू लागल्या. काहीजणी मेणबत्त्या, पणत्या बनवून ऑर्डरप्रमाणे पुरवू लागल्या. काहीजणींनी तर सॅनिटरी नॅपकिन्स बनवून विकण्याचा उपक्रम चालू केला. त्यावेळी ज्यांनी छोट्या स्वरूपात व्यावसाय चालू केला होता तो आज चांगल्यापैकी मोठा झाला आहे आणि आज या व्यवसायात त्या महिलांसोबत त्यांच्या मुली किंवा सुनाही सहभागी होऊन स्वावलंबनाचे धडे गिरवित आहेत. या परिवार प्रगती मंडळाचे वैशिष्ट्य असे म्हणता येईल की इथे सर्व जाती-धर्माच्या स्त्रिया एकत्र येत होत्या आणि आपल्या विकासासोबत कुटुंबाचा विकास साधत होत्याच पण कुटुंबनियोजनाच्या पद्धतीसुद्धा वापरू लागल्या. या परिवार प्रगती मंडळाचे अनेक वर्ष काम करणाऱ्या सौ. वासंती ढेरे यांच्याशी गप्पा मारताना त्या म्हणाल्या, की अनेक महिला स्वत: कुटुंबनियोजन साधने वापरतच होत्या पण त्यांच्या लग्न झालेल्या मुली गरज असेल तर आपल्याच विभागात येऊन साधने घेत. कारण आईमुळे त्यांचा एफ.पी.ए.आय.च्या कार्यकर्त्यांशी घट्ट नातेसंबंध निर्माण झाला होता.

आपण अनेकवेळा ऐकतो की मुस्लिम स्त्रिया कुटुंबनियोजन स्वीकारत नाहीत. पण परिवार प्रगती मंडळातर्फे एकत्र येणाऱ्या स्त्रियांबाबत मात्र असा अनुभव नाही असे सौ. वासंतीताई आवर्जून सांगतात. त्यांनी एक उदाहरणही सांगितले. अंधेरी (मुंबईच्या पश्चिम उपनगरातील भाग) आझादनगर भागातील एक मुस्लीम स्त्री. मुलं कमी असावीत याचे महत्त्व तिला पटले होते म्हणून तिने एफ.पी.ए.आय.च्या क्लिनिकमध्ये तांबी बसवून घेतली. त्यामुळे तिला मूल होत नव्हते. अशावेळी तिचा नवरा तिला वेगवेगळ्या डॉक्टरांकडे नेत असे. डॉक्टरांनी तपासायला आत नेल्यावर ती डॉक्टरांना खरे काय आहे ते सांगू 'आपल्या नवऱ्याला याबाबत सांगू नका' अशी

विनंती करत असे. अशाप्रकारे तिने आपला पाळणा लांबवण्याचा निर्णय स्वतःच्या हिमतीवर घेतला आणि पूर्णत्वास नेला, हे कौतुक करण्यासारखेच आहे. पुढे तर एका मुलाला जन्म देऊन तिने कुटुंबनियोजनाची शस्त्रक्रिया करून घेतली. अशाप्रकारे अनेकजणी परिवार प्रगती मंडळातर्फे आपले स्वतःचे आणि कुटुंबाचे राहाणीमान उंचावण्याचा प्रयत्न करत होत्या. आता सगळ्या कामाचे स्वरूपच बदलले आहे. तरीही अनेकजणी आपापले मंडळ चालवीत आहेत ही त्यावेळच्या कामाला दिलेली पावतीच म्हणायला हवी, नाही का?

''स्वयंसेवी संस्थांनी कुटुंबनियोजनाची संकल्पना व तत्त्वज्ञान ह्यांना अधिमान्यता मिळवून देण्यात महत्त्वाची कामगिरी बजावली आहे.... कुटुंबनियोजन हे मानवीहक्क व कर्तव्य आहे, ह्याचा प्रसार करण्यासाठी स्वयंसेवी संस्थांनी ही महत्त्वाची जबाबदारी पार पाडावयाची आहे.''

श्रीमती आवाबाई वाडिया
"The Light is ours"

१

भिवंडी महिला मंडळ प्रकल्प

'विकास, समता, शांतता' हे घोषवाक्य घेऊन १९७५ वर्ष उजाडले. 'आंतरराष्ट्रीय महिला संवत्सर' म्हणून जगभर साजरे झाले. १९७६ ते १९८५ ह्या दशकांत हीच उद्दिष्ट त्रयी घेऊन अवघ्या विश्वात महिला विकास, महिला प्रगतीसाठी प्रयत्न, प्रकल्प ह्यांचा प्रारंभ झाला. १९७५ मध्ये व नंतरच्या दशकात असोसिएशनने महिला विकासाचे अनेक कार्यक्रम मुंबई प्रधान कार्यालय व देशातील इतर शाखांमार्फत हाती घेतले आणि त्यापैकी एक महत्त्वाचा प्रकल्प म्हणजे ग्रामीण भागातील महिला विकासाचा.

कुटुंबनियोजन कार्यक्रमात सामान्य महिलांमध्ये छोटे कुटुंब, बालसंगोपन, कुटुंबाचे अंदाजपत्रक, मुलींचे शिक्षण यासंबंधी आवश्यक माहिती, ज्ञान देऊन प्रबोधन, प्रशिक्षण कार्यक्रम आयोजित करणे अगत्याचे आहे. पाचवीला पूजलेल्या दारिद्र्यात भ्रामक, खुळ्या, दुष्ट रूढींचा प्रभाव असताना स्त्रीला तिच्या गुणवत्तेची सुप्त सामर्थ्याची जाणीव करून देऊन, जागृती निर्माण करून तिला सक्षम, सबल, सजग करणे हे फार मोठे आव्हान आहे. असोसिएशनने हे आव्हान स्वीकारून १ ऑक्टोबर १९८३ रोजी 'महिला विकास प्रकल्पाचा' शुभारंभ करून प्रत्यक्ष कामास १ जानेवारी १९८४ पासून सुरुवात केली. हे काम महिला विकास प्रकल्पामार्फत पार पाडावयाचे ठरले. महिलांचे सक्षमीकरण हे साध्य, उद्दिष्ट होते आणि त्यासाठी साधन होते खेड्यातील महिला मंडळे. ह्या महिला मंडळांना कुटुंबनियोजन, सुरक्षित मातृत्व, बालसंगोपन, ह्या नेहमीच्या बाबींच्या पलीकडे जाऊन (Beyond Family Planing) साक्षरता, प्रौढशिक्षण, अर्थार्जन आणि अगदी वेगळ्या संकल्पना म्हणजे स्वतःच्या

प्रयत्नांनी स्वत:च्या पायावर उभे राहून स्वावलंबन, सक्षमता प्राप्त करणे होय. भिवंडी तालुक्यातील ७० गावात मुख्यत: आगरी,आदिवासी इतर मागासलेल्या जाती-जमातींच्या वस्तीची लोकसंख्या पाऊणलक्ष (७४,१२०) होती. संकल्प होता अनेक गावात महिला मंडळाची स्थापना हा. १९८०च्या पहिल्या अर्धदशकात जनसामान्यांवर सावट होते. आणीबाणीत झालेल्या कुटुंबनियोजन कार्यक्रमातील सक्तीची, जबरदस्तीची जनमानसात भीती होती, म्हणून प्रकल्पाच्या कामास खेड्यातील महिलांकडून फार थोडा प्रतिसाद लाभला. छोट्या कुटुंबाचे, कुटुंबनियोजनाचे महत्त्व जनमानसातून जवळजवळ मंदावू लागले होते. शस्त्रक्रिया शिबिरात येण्यास स्त्रिया टाळाटाळ करू लागल्या. क्षेत्रीय संघटक सौ. प्रवीणा पालये यांना खेडूत विचारत ''तुम्ही माझ्या पत्नीची शस्त्रक्रिया केलीत तर माझ्या मुलांकडे कोण लक्ष देणार?'' प्रकल्पाचे अधिकारी, संघटक, कार्यकर्ते शांतपणे, सातत्याने काम करू लागले. हळूहळू सर्व ७० गावात महिला मंडळांची स्थापना झाली. प्रकल्प कार्यकर्त्यांनी ७० गावातील स्त्री-पुरुषांचा, पुढाऱ्यांचा विश्वास संपादन केला. महिला मंडळांनी स्थानिक अडचणी, विकासाचे प्रश्न, युवक-युवतींच्या समस्या हाती घेऊन त्या सोडविण्याचे प्रयत्न सुरू झाले. अनेक योजना, कार्यक्रम प्रत्यक्षात येण्यास प्रारंभ झाला. शौचालय योजना, वृक्षारोपण, टंकलेखन-लघुलेखन वर्ग, शिवणकाम, बालवाडी, रेशनिंग दुकाने, प्रौढशिक्षण वर्ग आदी कार्यक्रम सुरू झाले.

महिला विद्यापीठ व असोसिएशन ह्यांनी संयुक्तपणे 'परिचारिका प्रशिक्षण कार्यक्रम' आयोजित केले. आठ बॅचेसमधून एकूण २३१ मुलींना नोकऱ्या मिळाल्या. ग्रामीण भागातील महिलांचे बचतगट हे महिला सक्षमीकरणाचे आधारस्तंभ आहेत.

सप्टेंबर १९९४ मध्ये इजिप्तची राजधानी कैरो येथे 'आंतरराष्ट्रीय लोकसंख्या व विकास परिषद आयोजित केली गेली. १८०हून अधिक देशांच्या स्वयंसेवी संस्थांचे व प्रशासनाचे प्रतिनिधी परिषदेस उपस्थित होते. परिषदेने कार्यक्रमात प्रजोत्पादकीय आरोग्य सेवा, प्रसूतीपूर्व व प्रसूतीनंतर सेवा, कुटुंबनियोजन साधन शस्त्रक्रियासंबंधी मार्गदर्शन व सेवा, पुरुषांचा कार्यक्रमात क्रियाशील सहभाग, मुलींचे शिक्षण, एड्स प्रतिबंधन, वैद्यकीय गर्भपात सेवा, वंध्यत्व निवारण मार्गदर्शन, उपचार, सेवा ह्या सगळ्या बाबी नवीन कार्यक्रमात अंतर्भूत केल्या. या परिषदेचे फलित म्हणजे असोसिएशनने भिवंडी शहरात काम सुरू केले. भिवंडीत महिला मंडळे सुरू करण्याच्या दृष्टीने शासनाची योजना आखणी झाली. भिवंडीत पाच विभागातून एकंदर ४० महिला मंडळे स्थापन झाली. त्यापैकी २० मंडळे मुस्लीम वस्ती विभागात सुरू झाली. संयुक्त राष्ट्र लोकसंख्या निधीतर्फे समन्वित लोकसंख्या विकास प्रकल्प भिवंडीत सुरू झाला. भिवंडीतील ४०

महिला मंडळांनी १९९६ मध्ये असोसिएशनतर्फे सुरू झालेल्या प्रजनन स्वास्थ्य केंद्रासाठी प्रसार, संदर्भसेवा, प्रबोधन, जाणीव जागृतीची कामगिरी केली आहे. भिवंडीत मुस्लीमांची संख्या खूप अधिक आहे. सप्टेंबर-ऑक्टोबर १९७१ मध्ये असोसिएशनने ठाणे जिल्ह्यात ४० दिवस स्त्री-पुरुष शस्त्रक्रिया शिबिर मोहीम यशस्वीपणे पार पाडली होती. तेव्हा भिवंडीतील शस्त्रक्रिया शिबिरात मोठ्या संख्येने मुस्लीम स्त्री-पुरुषांचा सहभाग होता. मुस्लीम समाजात पुत्रमाहात्म्य फारसे नाही. त्यामुळे एकतरी मुलगा हवाच - कारण तो कुलदीपक आहे, वंशविस्तारक आहे, वृद्धापकाळाचा आधार आहे - ही भावना मुस्लीम कुटुंबात प्रकर्षाने दिसत नाही, फारशी व्यक्तही होत नाही. त्यामुळे गर्भलिंग निश्चितीसाठी मुस्लीम स्त्रिया फारशा येत नाहीत. मुस्लीम स्त्रिया शस्त्रक्रिया करून घेण्यास तयार असतात. 'प्रजनन स्वास्थ्य केंद्र' सुरू झाल्यानंतर सर्वप्रथम एका मुस्लीम महिलेने नसबंदी शस्त्रक्रिया करून घेतली व स्वखुषीने केंद्रास देणगी दिली. मुस्लीम स्त्रिया हळूहळू शस्त्रक्रिया, कुटुंबनियोजन साधनांचा स्वीकार करीत आहेत. नजिकच्या काळात हा वेग निश्चितच वाढेल. अनेक महिला मंडळांनी केंद्राच्या कामास कृतीशील साहाय्य केले आहे. यामुळे हे केंद्र जनसामान्यांमध्ये विशेषत: स्त्रियांमध्ये लोकप्रिय झाले आहे. १९९४ च्या कैरो परिषदेनंतर स्वयंसेवी संस्थेचे सुरू झालेले महाराष्ट्रातील हे पहिलेच केंद्र आहे.

३० ऑगस्ट २००५ रोजी भिवंडीजवळच्या खारगावला सहा महिला मंडळाच्या पदाधिकाऱ्यांची सभा झाली. त्यात ६० महिलांचा उत्साहपूर्ण सहभाग होता. सभेच्या प्रारंभी सामुहिक प्रार्थना झाली. प्रार्थनेनंतर केंद्राच्या परिचारिका सौ. रंजना रेखी यांनी कर्करोग होण्याची शक्यता आहे किंवा नाही हे कळण्यासाठी पॅपस्मिअर तपासणी संबंधी माहिती दिली. प्रकल्प समन्वयक सुनंदा गवळी यांना स्त्रियांनी या तपासणी शिबिराविषयी अनेक प्रश्न विचारून शंका निरसन करून घेतले. व्यापक कुटुंब कल्याणासाठी सामुहिक प्रार्थना असल्याने ती अभूतपूर्व, सहज सोपी आहे.

सुखी सगळ्यांना ठेव देवराया।
मागणे हे आमुचे तुझ्या पाया।
ठेव शेतकरी सदा हा खुशाल।
जरी मागू ते आम्हाला मिळेल।
नको आमुचा सवंगडी कुणी उपाशी।
नको आमुचा सवंगडी कुणी अधाशी।
नको कुणाला कपड्यांची वाण।
मिळो सगळ्यांना पुरेसे मकान।

नको कुणाच्या इडापिडा पाठी।
घरी नांदो संपदा प्रहर आठी।
दिवाबत्तीला कधी न पडो खंड।
आयुष्य लाभो घरधन्याला उदंड।

वंध्यत्व निवारण

भिवंडीपासून २५ किलोमीटर असलेल्या एका खेड्यातून एक आदिवासी दांपत्य केंद्रात मार्गदर्शनासाठी आले. सखाराम (वय ३०) व पत्नी शांता (वय २५). विवाह होऊनही ३-४ वर्षे झाली पण अपत्य नव्हते. तिचे नातेवाईक, परिचित या दांपत्याची टिंगल-टवाळी करत. सखारामच्या आईने भिवंडीतील प्रजनन केंद्राबद्दल खूप चांगले ऐकले होते. ती स्वत: महिला मंडळाची सदस्य होती. महिला मंडळ सदस्यांनी तिला वंध्यत्व उपचार मार्गदर्शनासंबंधी माहिती दिल्यानंतर आईने शांताला केंद्रात पाठवले. शांताच्या पतीचीही तपासणी करायला हवी असे केंद्राच्या वैद्यकीय अधिकाऱ्यांनी तिला सांगितले. पण सखारामला ते मान्य नव्हते. शेवटी महिला मंडळाच्या अध्यक्षांनी सखाराम, त्याची आई, शांता ह्या साऱ्यांना आग्रहपूर्वक सांगितले की सखारामने केंद्रात तपासणीला गेलेच पाहिजे. सखारामच्या तपासणीत प्रजोत्पादकीय मार्गात संसर्गदोष व वीर्य कोषातील बीजसंख्येचे अगदी अल्प प्रमाण दिसून आले. दोघांवरती उपचार करण्यात आल्यामुळे बीजसंख्येचे प्रमाण वाढले व एका वर्षात शांतास गर्भधारणा झाली. हे सर्व भिवंडीतील प्रजनन स्वास्थ्य केंद्रामुळे शक्य झाले. ८ मार्च २००० रोजी केंद्राचे नामकरण 'श्रीमती आवाबाई वाडिया मेमोरियल प्रजनन स्वास्थ्य केंद्र' असे झाले.

१०
भिवंडी प्रकल्प :
विकासाचा वेगळा टप्पा

फॅमिली प्लॅनिंग असोसिएशन ऑफ इंडिया ही संस्था नेहमीच समाजाच्या दृष्टीने पुढील पाच वर्षांनंतरच्या कामाचा आजच विचार करताना दिसते. याचे उत्तम उदाहरण म्हणजे एफ.पी.ए.आय.चा भिवंडीचा महिला सक्षमीकरणाचा प्रकल्प. अनेक सरकारी योजना सुरू होण्यापूर्वीच या प्रकल्पामध्ये त्याच प्रकारचे काम सुरू केलेले होते. महिलांना सक्षम करण्यासाठी त्यांना एकत्र आणण्याची प्राथमिक गरज होती. एकत्र येण्यासाठी स्त्रियांना कुणीही अडवू शकणार नाही असा हळदी-कुंकवाचा कार्यक्रम आयोजित करण्यात येत असे. या निमित्ताने एकत्र आलेल्या महिलांना आरोग्य, स्वच्छता, महिला साक्षरता, ग्रामीण विकास अशा विषयांसंबंधी माहिती दिली जात असे. त्याचबरोबर या कार्यक्रमात स्थानिक कलापथके आणि तरुण मंडळांना सहभागी करून घेतले जात असे.

एफ.पी.ए.आय. ने महिला मंडळाची रीतसर नोंदणी करून स्थापना होण्यापूर्वी भिवंडीच्या आसपास असणाऱ्या गावांमध्ये महिला मंडळ म्हणजे भजनी मंडळ असाच समज होता. त्यावेळी एफ.पी.ए.आय.ने ८० गावांमध्ये काम सुरू केले आणि त्यांची संख्या वाढत वाढत १०० गावांपर्यंत गेली होती. या महिला मंडळांच्या सहकार्याने गावातील विकासाच्या कामांना सुरुवात करण्यात आली. यामध्ये श्रमदानाने रस्ते तयार करणे, विहिरी साफ करणे अशा कामांचा समावेश केला जात असे. एकदा महिला एकत्र येऊन त्यांना कामाचे आणि विकासाचे महत्त्व पटवून दिल्यामुळे पुढे त्यांच्या सोबत काम करणे तसे अवघड गेले नाही. सरकारी योजना येण्यापूर्वीच एफ.पी.ए.आय.ने शौचालय बांधणीची योजना राबविली होती. यामध्ये ५०टक्के पैसे

एफ.पी.ए.आय.च्या प्रकल्पातून दिले जात असत आणि गावकरी ५० टक्क्यां इतके वस्तू स्वरूपात देत असत. यामध्ये श्रमदान, वाळू किंवा इतर सामान यांचा समावेश असे. त्यानंतर सरकारतर्फे शौचालयाची योजना राबविली जाऊ लागली. या सोबतच बायोगॅसची योजनाही राबवली गेली आणि एकत्र आलेल्या महिलांना महिला मंडळातर्फे होणाऱ्या कामातून गावाचा फायदा दिसू लागला. असाच प्रकार झाला बालवाड्यांचा. या गावागावात एफ.पी.ए.आय.च्या बालवाड्या आधी सुरू झाल्या. त्यानंतर सरकारी योजनेतून अंगणवाड्या सुरू झाल्या. अशाप्रकारे भिवंडीत अनेक सरकारी योजना एफ.पी.ए.आय.ने आधी सुरू केल्या आणि नंतर तशाच योजना सरकारनेही अमलात आणल्या. ज्यावेळी सरकारी योजना सुरू झाल्या त्यावेळी सरकारी योजना लोकांपर्यंत पोहोचविण्याचे कामही एफ.पी.ए.आय.ने आपल्या ब्रीदवाक्याप्रमाणे सातत्याने सुरूच ठेवले.

यानंतरची पायरी होती महिला मंडळांतर्फे महिलांना आर्थिक दृष्ट्या सक्षम बनविणे. यासाठी एफ.पी.ए.आय.ने पुढाकार घेऊन त्यांना थोडे थोडे कर्ज दिले. त्यामुळे या महिलांनी स्वत:चे व्यवसाय सुरू केले. शिवाय कर्जाऊ घेतलेली रक्कमही महिला मंडळांनी जबाबदारी घेतल्यामुळे फेडली गेली. आज अनेकजणी छोटी छोटी दुकाने चालवित आहेत. काही मंडळे रेशनची दुकाने चालवतात. अशाप्रकारे एकदा आर्थिक दृष्ट्या स्वत:च्या पायावर उभ्या राहिलेल्या महिला समाजकारणातून राजकारणापर्यंत आपला ठसा उमटवू लागल्या आहेत. या महिला मंडळांतर्फे कामकाज कसे चालवावे, सगळ्यांनी एकत्र येऊन विकास कसा साधावा यासंबंधी जागृत झालेल्या महिला अनेक गावात सरपंचपदी विराजमान आहेत. काहीजणी पंचायत समिती आणि जिल्हापरिषद समितीमध्ये सदस्य म्हणून काम करत आहेत. काही जणी वन विभागाच्या समितीवर काम पहातात. अशाप्रकारे शहरी भागात महापौर आणि उपमहापौरपदी असणाऱ्या महिलांच्या कार्याची सुरुवात या महिला मंडळातूनच झालेली आहे. या महिला फक्त नावापुरत्याच या ठिकाणी आहेत असे नव्हे तर स्वत:चे मत मांडून कामे जबाबदारीने पार पाडीत आहेत. या महिला मंडळांतर्फे सक्षम झालेल्या महिला काही दिवसांपूर्वी आपल्या खर्चाने गोव्याला विमानाने सहल करून आल्या! म्हणजे त्यांचा आत्मविश्वास आणि स्वावलंबन यामध्ये कसा विकास झाला हे सहज लक्षात येते.

या महिला सक्षमीकरणाच्या प्रक्रियेतून आरोग्य, माताबाल संगोपन, महिलांचे विशेष आरोग्य या संबंधीची माहिती प्रत्येक घराघरातून पोहोचली आणि त्यातूनच

गावागावातून प्रजनन आरोग्यासाठी विशेष सेवा सुविधा मिळेल असे क्लिनिक एफ.पी.ए.आय.ने सुरू करावे, विशेष म्हणजे यामध्ये वंध्यत्वावर उपचार उपलब्ध व्हावे अशी मागणी होती. त्या मागणीनुसार 'लैंगिक आरोग्य सर्वांसाठी' अशी ओळख असणारे क्लिनिक सुरू झाले आणि विशेष म्हणजे या क्लिनिकला एफ.पी.ए.आय.च्या क्लिनिकपेक्षा 'महिला मंडळाचा दवाखाना' असेच ओळखले जाते. अशाप्रकारे महिला सक्षमीकरणाचे काम चालू असतानाच बरोबरीने शालेय आरोग्य, दाई प्रशिक्षण, अंगणवाडी प्रशिक्षण, हॉस्पिटल एड्स म्हणजे नर्सिंग तथा आया प्रशिक्षण असे कार्यक्रम चालविले जात आहेत. विशेष म्हणजे चाळीशी नंतर महिलांसाठी गर्भाशयाच्या कर्करोगाची चाचणी 'पॅपस्मीअर'. ह्या चाचणीलाही नियमित प्रतिसाद मिळतो आहे. तसेच शिक्षकांना 'लैंगिक व प्रजनन आरोग्यासंबंधी प्रशिक्षण' तसेच स्थानिक वैद्यकीय तज्ज्ञांनाही माहिती देण्याचे काम नियमित केले जाते. गेली काही वर्ष एच.आय.व्ही./एड्सवर जनजागृती, समुपदेशन चाचणी अशा विविध पैलूवरही काम केले जात आहे. एक विशेष कार्यक्रम म्हणजे 'जननी सुरक्षा योजना' ही अती दुर्लक्षित गावांपर्यंत पोहोचविण्यात यश मिळाले आहे. आज या गावांसाठी काम करणाऱ्या प्राथमिक आरोग्य केंद्रांनी अधिकाधिक जागृती निर्माण करण्यात यश मिळवले आहे. या गावागावातून आता सर्व गरोदर मातांना पूरक, पोषण आहार मिळू लागला आहे. त्याचबरोबर सर्वच्या सर्व प्रसूती दवाखान्यातच होण्यासाठी सर्वच गावकऱ्यांना जागृत केले जात आहे. अशाप्रकारे अनेक स्वरूपात विकासाची आघाडी भिवंडी प्रकल्प सांभाळत आहे, याबद्दल खरच अभिमान वाटल्याखेरीज राहात नाही.

या प्रकल्पामध्ये सौ. सुनंदा गवळी, सौ. प्रवीणा पालये वगैरे अनेकजण वीस-बावीस वर्षे निरंतर कार्यरत आहेत. यावरूनच त्यांच्या मेहनतीची आणि चिकाटीची दाद द्यावीशी वाटते. ह्या उपक्रमासाठी मुंबई शाखा व्यवस्थापक सौ. वंदना वावळ ह्यांचे सातत्याने मार्गदर्शन लाभले आहे. वैद्यकीय अधिकारी डॉ. कल्याणी केळकर वैद्यकीय कार्यक्रमाची जबाबदारी पार पाडत आहेत.

११
मुंबई शाखेने कार्यान्वित केलेला सुरक्षित मातृत्व प्रकल्प

भिवंडी - जिल्हा ठाणे - एप्रिल २००८ ते ऑगस्ट २००९

भारतातील माता मृत्यू प्रमाण जगात सर्वात अधिक आहे. भारतात दर सात मिनिटास एक महिला गरोदरपण व बालकमृत्यू निगडित कारणांमुळे मृत्युमुखी पडते. जागतिक आरोग्य संघटनेच्या अंदाजानुसार जागतिक प्रसूतीउत्तर मृत्यू प्रमाणात २५ टक्के वाटा भारताचा आहे. भारतात दर वर्षी एक लक्ष स्त्रिया प्रसूतीनंतर लगेच मरण पावतात. दरवर्षाला जगातील १०८ लक्ष बालकमृत्यूंपैकी भारतात सुमारे २४ लक्ष बालके देवाघरी जातात. ही परिस्थिती सुधारावी, मातामृत्यू व बालकमृत्यू यांचे प्रमाण कमी व्हावे म्हणून भारतात गेली अनेक वर्षे सातत्याने प्रयत्न चालू आहेत. १९४६ मधील सर जोसेफ भोर समितीच्या अहवालात माता-बालक मृत्यू प्रमाणात लक्षणीय घट करण्यासंबंधीच्या उपायांवर भर दिला होता. त्यानंतर कुटुंबनियोजन कार्यक्रमाशी माता-बालक आरोग्य कार्यक्रमाची सांगड घालण्यात आली.

१९८७ मध्ये नैरोबी येथे आयोजिलेल्या परिषदेत 'सुरक्षित मातृत्व विशेष उपक्रम' जाहीर करण्यात आला. ह्या उपक्रमास चालना देण्याच्या दृष्टीने १९९९ मध्ये 'व्हाईट रिबन्स अलायन्स फॉर सेफ मदरहूड' या स्वयंसेवी संस्थेची आंतरराष्ट्रीय आघाडी स्थापन करण्यात आली. विकसित व विकसनशील देशामधील सर्व महिलांसाठी गरोदरपण व बालकजन्म सुरक्षित व्हावे म्हणून वाढत्या प्रमाणात जाणीव,जागृती व प्रबोधन कार्यक्रमाचा प्रसार करण्याचे उद्दिष्ट होते. मातामृत्यू, बालकमृत्यू प्रमाण व जन्मप्रमाण ह्यामध्ये घट व्हावी म्हणून हस्तक्षेप केल्यामुळे जागतिक पातळीवर व भारताच्या काही राज्यात झालेल्या प्रयत्नांना यश आले आहे आणि काही उपाय

योजना, मार्ग कसोटीस उतरल्या आहेत. ह्या हस्तक्षेप प्रयत्नांना केंद्रिभूत करून प्रभावी कृतीशील स्वस्थ्यपद्धती कार्यक्षमतेने अमलात आणण्याची गरज आहे.

'सेंटर फॉर डेव्हलपमेंट अॅण्ड पॉप्युलेशन अॅक्टिव्हिटिज' (सेडपा) ह्या संस्थेने १९९९ मध्ये 'व्हाईट रिबन्स अलायन्स-इंडिया'(डब्ल्यू.आर.ए.आय.)संस्था स्थापण्यास साहाय्य केले. भारतातील महिलांचे मातृत्व सुरक्षित होण्यासाठी विशेष जागृती व कृती कार्यक्रम आखण्यात यावेत ह्या उद्दिष्टाने ह्या संस्थेची स्थापना झाली. 'डब्ल्यू.आर.ए.आय' राष्ट्रीय पातळीवर ७९ सदस्य असलेली स्वयंसेवी संस्था आहे व चार राज्यशाखा आहेत. तळागाळातील प्रयत्नांमुळे व प्रसार माध्यमांच्या मोहिमांमुळे ही संस्था देशातील लक्षावधी स्त्री-पुरुषांप्रत पोहोचली आहे. सामाजिक संघटन, एकत्रीकरणावर संस्थेची दिशा आधारित आहे. परिवर्तन संवाद व प्रमुख बहुविध संस्थांवर (स्टेक होल्डर्स) टिकाऊ चिरस्थायी बदल अवलंबून असतो. विविध संघटना व दानशूर व्यक्तींच्या सामर्थ्याच्या आधारावर अनेक स्त्री-पुरुषांचे प्रभावी व्यासपीठ तयार करता येते असे डब्ल्यू.आर.ए.आय.ला वाटते. राष्ट्रीय कुटुंब व आरोग्य पहाणीच्या १९९२-२००५ व २००८ मधील पहाणीनुसार असे दिसून आले आहे की बालक लसीकरण व प्रसूती व प्रसूतीपूर्व सेवांमध्ये महाराष्ट्रात मोठ्या प्रमाणावर अंमलबजावणीत अंतर आहे, फरक आहे आणि दरी आहे. २००८मध्ये संस्थेने सेडपाद्वारे फॅमिली प्लॅनिंग असोसिएशन ऑफ इंडिया ह्यांच्याशी भागीदारीने 'सुरक्षित मातृत्व प्रसार प्रकल्पा'चा प्रारंभ ठाणे जिल्ह्यातील निवडक क्षेत्रात केला. असोसिएशनने आपली एक प्रमुख शाखा-मुंबई शाखेमार्फत महिलांच्या सामाजिक व आर्थिक सबलीकरणासाठी सातत्याने जोरदार प्रयत्न केले आहेत व करत आहे. गेली २५ वर्षे भिवंडीत व खेड्यात हे काम सुरू आहे. २०६ महिला मंडळे व ४०८ स्वयंसाहाय्यता गट 'लोकसंख्या स्थिरीकरण व कुटुंबनियोजनाचा संदेश' भिवंडी तालुक्यातील ग्रामीण भागातील जनसामान्यांपर्यंत पोहोचवित आहेत. सुरक्षित मातृत्व प्रसार प्रकल्प भिवंडी तालुक्यातील अंजूर प्राथमिक आरोग्य केंद्र क्षेत्राच्या १० गावात हे काम एप्रिल २००८ पासून मुंबई शाखेने सुरू केले आहे. ही दहा गावे व लोकसंख्या याप्रमाणे-

पुंडस - ११६६, धामणगाव - १३५५, भिनार - १३५३, येवल - ५७४, खलींग - ५१२, म्हुरे - ४३२, निंबवडी - ९९७, चिंचवली - १२५७, वडणे - ११९९, आणि खांडणे - १०२० = एकूण लोकसंख्या ९९२५.

कार्यक्रम अंमलबजावणी

कमी विवाह वय, लहान वयात येणारे गरोदरपण यासह अनेक लैंगिक व प्रजनन आरोग्य प्रश्न ह्यासंबंधी माहिती, प्रबोधन व्हावे आणि ह्यासंबंधी माता व कन्या यामधील संवादाचे महत्त्व पटवून देण्यासाठी 'मी आणि माझी आई' मेळावा चौथरपाडा येथे आयोजित करण्यात आला. ९२ महिला व १२ कुमारवयीन मुली ह्या कार्यक्रमास उपस्थित होत्या. माता व मुलींशी वेगळ्या स्वतंत्र गट चर्चा आयोजित करण्यात आल्या. या गट चर्चांनंतर २६ महिला व एक १७ वर्षीय मुलगी ह्यांनी आपल्या सर्वसाधारण स्वास्थ्य समस्या व प्रसूतीपूर्व व प्रसूतीनंतरच्या प्राश्नांसंबंधी चर्चा केली.

साहाय्यक परिचारिका - दायांचे विशेष प्रशिक्षण

हा प्रकल्प यशस्वी व्हावा म्हणून; सुरक्षित मातृत्व, गर्भपात आणि तातडीचे कुटुंबनियोजन ह्यासंबंधी परिचारिका-दायांच्या भावभावना सखोल, समतोल व सुस्थित व्हाव्या म्हणून भिवंडी येथील प्रजनन आरोग्य केंद्रात एक प्रशिक्षण कार्यक्रम आयोजित करण्यात आला. सात प्राथमिक आरोग्य केंद्रातील व १० उपकेंद्रातील २७ परिचारिका ह्या कार्यक्रमात सहभागी झाल्या. प्रशिक्षणार्थींच्या सामान्य गैरसमजुती व शंकांचे निरसन करण्यात आले.

विश्वलोकसंख्या दिन २००८

प्रजनन स्वास्थ्य केंद्राने हा दिन पुंडस येथे सभा आयोजित करून पाळला. जिल्हा परिषद सदस्य श्रीमती राजश्री राऊत, भिवंडी पंचायत समिती सदस्य श्रीमती कांचन जाधव, आनगाव प्राथमिक आरोग्य केंद्र वैद्यकीय अधिकारी डॉ. गवई व मुंबई शाखा प्रतिनिधी कार्यक्रमास उपस्थित होते. समारंभानंतर झालेल्या चर्चेत असोसिएशनने १० निवडक गावात पार पाडावयाची आपली भूमिका स्पष्ट केली.

'आईचे जीवन वाचवा' (सेव्ह मदर लाईफ) विषयी एक मेळावा आयोजित करण्यात आला. १२ स्वयं-साहाय्यता गटातील ८५ महिला, तीन महिला सदस्य (पंचायत), २ महिला मंडळ अध्यक्ष, २ अंगणवाडी सेविका आणि चिंचवली गावातील सातवी इयत्तेतील ५० विद्यार्थिनी मेळाव्यास उपस्थित होत्या. राष्ट्रीय ग्रामीण आरोग्य अभियानासंबंधी विचार करण्यासाठी पंचायत, पंचायत समितीमधील लोकप्रतिनिधी व आरोग्य अधिकाऱ्यांची सभा आयोजित केली. १० जुलै २००९ रोजी 'सुरक्षित मातृत्व दिन' पाळण्यासाठी जन-सुनवाईचा कार्यक्रम पार पडला.

खासदार सुरेश तावरे, असोसिएशनच्या मुंबई शाखेच्या अध्यक्ष डॉ. जानकी देसाई व पंचायत समिती, जिल्हा परिषद सदस्य उपस्थित होते.

प्रकल्प मध्यावधी मूल्यमापनाचे निष्कर्ष

१० महिला मंडळांची कामगिरी

→ २३ स्वयंसाहाय्यता गटांची स्थापना.

→ ४८ समाज संघटन सभा, १०४८ गट सदस्यांची उपस्थिती. प्रकल्पाने आयोजित केलेल्या २० कुमार-कुमारी सभातून ६३० युवकांची उपस्थिती.

→ १६ सभांमधून २१५ प्रसूतीपूर्व व ७९ प्रसूत्योत्तर महिलांना मार्गदर्शन.

प्रशिक्षण कार्यक्रमात विशेष उपस्थिती

१० पुढारी, १० ग्रामसरपंच, ३ पंचायत समिती सदस्य, ५ जिल्हा परिषद सदस्य, २७ परिचारिका-दाई, २० अंगणवाडी सेविका.

प्रसूतीपूर्व नोंदणीत वाढ

→ ८०टक्क्यांवरून ९५ टक्क्यांपर्यंत.

→ संख्यात्मक प्रसूती ९०टक्क्यांवरून ९५टक्क्यांपर्यंत.

→ गरोदर माता, बालकांचे लसीकरण - १००टक्के.

→ २५ स्थानिक तरुणांना दुचाकींचे वाटप.

१२
महिला विकास प्रकल्प, भिवंडी (जि. ठाणे)

पावशतकी वाटचालीतील पहिले वर्ष

जून १९८३ मध्ये असोसिएशनने 'महिला विकास प्रकल्पाची' मुहूर्तमेढ भिवंडी येथे रोवली. मुंबई-आग्रा महामार्गावर मुस्लीम बहुल वस्तीचे असलेले हे मोठे गाव आहे. लोकसंख्या वैशिष्ट्ये आहेत- कुटुंबाचा सरासरी आकार ४.५३, सरासरी विवाहवय मुलासाठी २४ व मुलीसाठी १५-१८. मुस्लीम व इतर बिगर मुस्लीम आपल्या उदरनिर्वाहासाठी भिवंडीत स्थलांतरित झाले. ठाणे जिल्हा स्थानकापासून भिवंडी अवघ्या १८ किलोमीटरवर आहे. मुंबईजवळ असूनही हे मोठे गाव सर्वच बाबतीत खूपच मागासलेले होते. जुन्या पुराण्या चालीरीती, श्रद्धा यांचा पगडा जनमानसात बऱ्याच मोठ्या प्रमाणात आहे. साक्षरता प्रमाण कमी त्यामुळे शिक्षणाच्या प्रसारास खूप वाव आहे. भिवंडी जवळच्या ग्रामीण भागात मुस्लीम लोकसंख्या खूप कमी आहे. काही खेड्यात अवघे २ टक्के मुस्लीम आहेत. मुख्य व्यवसाय शेती व मत्स्यपालन. बाजरी, कडधान्ये व फलोत्पादन ही मुख्य उत्पादने आहेत. भिवंडी शहरात वैद्यकीय सेवा-सुविधा पुरेशा प्रमाणात आहेत. महापालिका रुग्णालय आहे आणि ग्रामीण भागात प्राथमिक आरोग्य केंद्रे व उपकेंद्रे आहेत. महिला विकास प्रकल्प क्षेत्रात २ प्राथमिक आरोग्य केंद्र (पडघा व खारबत) व त्यांची उपकेंद्रे ७८ खेड्यांना वैद्यकीय सेवा-सुविधा पुरवितात.

भिवंडी शहरात बालवाडी, शाळा, महाविद्यालय व प्रौढशिक्षण केंद्रे आहेत. तालुक्याचे एकूण साक्षरता प्रमाण आहे ५६ टक्के व प्रकल्पक्षेत्राचे स्त्री-साक्षरता प्रमाण २२ टक्के आहे. प्रकल्प क्षेत्रातील महिलांना एकत्र आणून संघटित करून

महिला मंडळांची स्थापना, सामान्य स्त्रियांचे प्रबोधन, जाणीव जागृती, प्रशिक्षण मार्गाने महिला विकास कार्यक्रमाचे आयोजन करणे व छोट्या कुटुंबांचा, कुटुंबनियोजनाचा प्रसार करणे हा प्रकल्पाचा मुख्य उद्देश आहे. परिवार कल्याण, परिवार नियोजन ह्या माध्यमाद्वारे 'परिवार प्रगती मंडळाची' स्थापना करणे हे प्राथमिक उद्दिष्ट होते. स्थानिक नेते, लोकमान्यता लाभलेले समाजकार्यकर्ते, स्थानिक स्वयंसेवी गटांचे जबाबदार, क्रियाशील सदस्य यांचेबरोबर प्रकल्प कार्यकर्त्यांनी स्थानिक गरजांवर आधारित विकास कार्यक्रमासंबंधी सातत्याने संवाद साधला, चर्चा केली. विकास कार्यक्रमातील कामासंबंधी माहिती-तपशील ह्यासंबंधी देव-घेव केली. 'हळदी-कुंकू' समारंभानिमित्ताने स्त्रिया वर्षातून अनेक वेळा एकत्र येतात. ह्या कार्यक्रमांचे आयोजन करून हाती घ्यावयाच्या कामासंबंधी स्त्रियांशी चर्चा करता आली. पहिल्या वर्षी - १९८४ मध्ये अशा तऱ्हेने १७ 'हळदी-कुंकू' कार्यक्रम आयोजित करण्यात आले. प्रकल्प सुरू होण्यापूर्वी भिवंडीत ७ महिला मंडळे होती पण ती फारशी कार्यशील नव्हती. ती पुन्हा कृतिशील करण्यात आली शिवाय २५ नवी महिला मंडळे १९८३च्या अखेरपर्यंत सुरू झाली. १९८४ च्या प्रारंभी भिवंडीत व जवळच्या खेड्यात एकूण ३५ महिला मंडळे कार्यरत होती. १९८४ मध्ये प्रकल्प कार्यकर्त्यांनी विशेष प्रयत्न करून आणखी २० महिला मंडळे सुरू करून डिसेंबर ८४ अखेरपर्यंत एकूण ५५ मंडळे सुरू केली. नवीन महिला मंडळांच्या एकूण सदस्य महिला होत्या २,२७५. ह्या महिला मंडळांच्या कामगिरीमुळे ३ खेड्यात युवक मंडळे स्थापन झाली आणि त्यांची सदस्य संख्या ७० होती. १४ ज्येष्ठ नागरिकांचा एक ज्येष्ठ नागरिक संघ सुरू झाला आणि ७ सांस्कृतिक मंडळांचे (१८१ सदस्यांचे) काम सुरू झाले. अशा रीतीने महिला मंडळांमुळे युवक मंडळे, ज्येष्ठ नागरिक संघ व सांस्कृतिक मंडळे ह्यांची स्थापना झाली.

प्राथमिक आरोग्य सेवा व उपचार या संबंधी उद्बोधन व्हावे म्हणून मार्च १९८४ मध्ये ८ दिवसांचा प्रशिक्षण कार्यक्रम आयोजित करण्यात आला. १० गावातील महिला मंडळांच्या सदस्यांनी सहभाग घेतला.

कार्यक्रमांची बोलकी आकडेवारी

प्रबोधन प्रशिक्षण कार्यक्रमातून महिला मंडळ सदस्यांना विकास व लोकसंख्या, माता-बालसंगोपन व कुटुंबनियोजन, स्वयंशासन व स्वावलंबन कामातून कुटुंबकल्याण ह्यासंबंधी विस्ताराने चर्चा, दृक्श्राव्य साधनांचेद्वारा महिती देऊन त्यांचे महत्त्व, निकड, आवश्यकता पटवून देण्याचा प्रभावी प्रयत्न झाला. ह्या प्रयत्नांमुळे प्रकल्प

कार्यक्रमाचे पहिल्या वर्षी ४,५९५ शैक्षणिक, प्रबोधनात्मक कार्यक्रम झाले. ६४,३३२ पुरुष,महिला, मुलींशी संपर्क साधता आला. वैयक्तिक संपर्क, चर्चा छोट्यामोठ्या सभांचा समावेश ह्या कार्यक्रमात झाला. ह्या प्रयत्नांमुळे मद्यपान, पत्नीला मारहाण, मुलांकडून आईवडिलांशी निष्ठुर, निर्दयी वर्तन ह्या वाईट सवयी, वागणुकीपासून दूर राहण्यासंबंधी संवाद, समुपदेशन झाले.

गांधी जयंती, स्वातंत्र्य दिन, गणराज्य दिन अशा राष्ट्रीय महत्त्वाच्या दिवशी सभा-समारंभ आयोजित करण्यात आले. १०८९ स्त्री-पुरुष अशा कार्यक्रमांना उपस्थित होते.

५५ महिला मंडळांच्या प्रतिनिधींची परिषद आयोजित करण्यात आली. ह्या परिषदेत आत्मविकास, समाजकल्याण, कुटुंबनियोजन यासंबंधी परिसंवाद, परिचर्चा, गटचर्चा, व्याख्याने ह्या द्वारा माहिती, मार्गदर्शन करण्यात आले. एकूण ५५ नवीन व २० जुन्या महिला मंडळांच्या २७४ महिला उपस्थित होत्या.त्यापैकी भिवंडी प्रकल्पातील ४२ मंडळांच्या १६७ महिला होत्या. बाकीच्या १०७ महिला जवळच्या गावातील असोसिएशनच्या ग्रामीण एकात्मिक प्रकल्पांमधील होत्या.

विकास कार्यक्रमांतून कुटुंबनियोजनासाठी कृती व स्वीकार व्हावा ह्यासाठी समाजातील स्त्री-पुरुषांची मानसिकता, वृत्ती-प्रवृत्ती तयार करण्यावर, निर्मितीवर प्रकल्पाचा मुख्य भर होता. प्रारंभी रस्ता सफाई, विहीर सफाई, परिसर स्वच्छता, वृक्षारोपण, रस्ता दुरुस्ती, रस्ता तयार करणे अशी छोटी कामे हाती घेऊन ती पार पाडण्यासाठी प्रत्येक महिला मंडळास पटवून देण्याचे, त्यांना तयार करण्याचे प्रयत्न झाले. ह्यासाठी झालेल्या ४७ कामांमध्ये महिला मंडळांच्या ८५२ सदस्यांनी सहभाग घेतला. ४ बालवाड्या सुरू होऊन त्यामध्ये ११६ बालक-बालिकांची उपस्थिती होती. फक्त एकाच महिला मंडळाने शिवणकाम वर्ग सुरू करण्याची तयारी दर्शविली. ह्यासाठी महिलांनी यावे, शिकावे म्हणून प्रयत्न करण्यासाठी अल्प मानधनावर एका शिक्षिकेची आवश्यकता होती हे लक्षात येताच इतर २ मंडळांनी वर्ग सुरू करण्यासंबंधी आस्था दाखविली. शासकीय संस्थेमार्फत शिलाई मशीन, शिक्षिकांचे मानधन ह्यासाठी आर्थिक साहाय्य मिळविले. १२३ महिलांनी ह्या वर्गांमधून शिलाई शिक्षण घेतले. अंजूर ग्रामपंचायतीकडून रु. १,७५,०००/- कर्ज मिळवून शाळेची इमारत बांधण्यात आली. महिलांमध्ये बचतीची सवय निर्माण व्हावी म्हणून ४० बँक खाती (रिकरिंग डिपॉझिट्स) रु. ३४७५/- रक्कम गुंतवून उघडण्यात आली. महिलांनी स्वतःच्या प्रयत्नाने थोडेफार उत्पन्न मिळवावे म्हणून काही प्रयत्न करण्यात आले. ह्या प्रयत्नांची

सांगड विकासाशी जोडली गेली. आरोग्य, लोकसंख्या, शिक्षणाचे महत्त्व पटवून देण्यात आले. शिक्षण, प्रवास खर्च आदी बाबींवर लोकसंख्या वाढीमुळे भार कसा पडत आहे हे समजवून सांगण्यात आले. टोपल्या तयार करणे, दोर, काथ्या निर्मिती, बांबू काम ह्यासारखे छोटे उद्योग करता येतील व स्वावलंबनाद्वारे कुटुंब उत्पन्नात थोडी भर घालता येईल ह्यासंबंधी माहिती, मार्गदर्शन करण्यात आले. असोसिएशनतर्फे रु. १२१५/- ची रक्कम देऊन त्याद्वारा मंडळाने एक शिलाई मशीन विकत घेतले. आणखी २ शिलाई मशीन्स कमकुवत गटासाठी स्वयंरोजगार कार्यक्रमांतर्गत बँक ऑफ बरोडा व सिंडिकेट बँकेने दिली. इतर कार्यक्रमांबरोबर कुटुंबनियोजनाच्या संदेशाची जोड देऊन प्रकल्पक्षेत्रात ३४५० शैक्षणिक, ५१ विकास विषयक, आरोग्य व स्वच्छतेसंबंधी ११० छोटेमोठे उपक्रम पार पाडले गेले. चर्चा, सभा, परिसंवाद, सुदृढ बालिका स्पर्धा, हे कार्यक्रम आयोजित करण्यात आले.

आरोग्य, पोषण, आहार, पर्यावरण यासंबंधी जाणीव-जागृती व्हावी म्हणून प्रकल्पक्षेत्रात एकूण १७ आरोग्य शिबिरे आयोजित करण्यात आली. त्याद्वारे २९०२ स्त्री-पुरुषांपर्यंत त्यामुळे पोहोचता आले. ९२ माता-बाल आरोग्य चर्चा झाल्या. त्यामध्ये ७०६७ माता व बालके लाभार्थी होती. प्राथमिक आरोग्य केंद्रांचे साहाय्य मिळाले. लसीकरणा संबंधी ग्रामीण जनतेतील गैरसमज, चुकीची माहिती दूर व्हावी म्हणून छोट्या-मोठ्या गटसभा आयोजित करण्यात आल्या. प्रथम वर्षातच इतके काम झाले असल्यामुळे सुरुवात तर जोरदार झाली.

१३
पुणे शाखा
३३ वर्षांची यशस्वी वाटचाल

१९७६ मधील एक प्रसंग. पुण्यातील गरवारे महाविद्यालयाच्या एका सभागृहात ३५-४० स्त्री-पुरुष जमले होते. सभेचे संयोजक होते डॉ. श्रीमती सुमती कानिटकर, डॉ. अनंत साठे, डॉ. सुधीर वनारसे, श्री. विश्वास राणे व सामाजिक बांधीलकीची जाण असणारे कार्यकर्ते. या सभेत 'फॅमिली प्लॅनिंग असोसिएशन ऑफ इंडियाची' शाखा पुण्यात काढावी असे सर्वानुमते ठरले.

मार्च १९७७ मध्ये सार्वजनिक निवडणुकीत काँग्रेस पक्षाचा पराभव झाला व केंद्रात जनता पक्षाचे सरकार आले. काँग्रेस पक्षाच्या निवडणुकीतील पराभवाचे एक महत्त्वाचे कारण होते- आणीबाणीत राबवला गेलेला कुटुंबनियोजन कार्यक्रम. जनता पक्षाचे शासन केंद्रात आल्यानंतरही जनसामान्यांच्या मनात कुटुंबनियोजन कार्यक्रमाबद्दल भीती, तीव्र नाराजी व शंका होती.

डॉ. श्रीमती सुमती कानिटकर मुंबईच्या शीव येथील लोकमान्य टिळक रुग्णालयातून स्त्रीरोग व प्रसुतीशास्त्र विभागप्रमुख म्हणून १९७६ मध्ये निवृत्त झाल्या. मुंबईत असताना डॉ. श्रीमती सुमती कानिटकर ह्यांनी फॅमिली प्लॅनिंग असोसिएशन ऑफ इंडियाच्या मुंबई शाखेत अनेक वर्षे मानद डॉक्टर म्हणून काम केले होते. ह्याच वर्षी डॉ. अनंत साठे व त्यांचे काही मित्र असोसिएशनच्या अध्यक्ष श्रीमती आवाबाई वाडिया ह्यांना भेटले होते. डॉ. श्रीमती सुमती कानिटकरही श्रीमती वाडिया यांना पुणे येथील शाखा स्थापना संदर्भात भेटल्या होत्या. तेव्हा त्यांनी डॉ. श्रीमती कानिटकर व डॉ. अनंत साठे ह्यांना एकमेकांना भेटून पुढील बाबी निश्चित करण्याचा सल्ला दिला. प्रारंभी ३०-४० स्त्री-पुरुष सभासद असावे लागतील असे श्रीमती वाडिया ह्यांनी सुचविले. शाखा स्थापनेसाठीच्या प्रारंभीक आवश्यक बाबी पुऱ्या झाल्यानंतर

असोसिएशनच्या मध्यवर्ती कार्यालयाने शाखा सुरू करण्याची रीतसर अनुमती दिली आणि १५ सप्टेंबर १९७७ रोजी पुणे शाखेची स्थापना झाली. पुणे शाखा प्रामुख्याने कुटुंबनियोजनासंबंधी माहिती, सल्ला, मार्गदर्शन आणि दांपत्यांना साधनांचा पुरवठा व पाळणा थांबविण्यासाठी स्त्री-पुरुष शस्त्रक्रिया सेवा देते. कुटुंब नियोजनाचा एक अविभाज्य भाग म्हणून माता-बालसंगोपन कार्यक्रम आहे. महिलांना प्रसूतीपूर्व व प्रसूतीनंतर माहिती, मार्गदर्शन व सेवा ह्यासाठी पुणे शाखा पुरविते. लहान मुलांचे रोगप्रतिबंधक लसीकरण व अन्य सेवा सुविधा देते. एचआयव्ही एड्स संबंधी जाणीव-जागृती-प्रबोधन व माहिती, मार्गदर्शन सेवा पुरविते. शाखेच्या कुटुंबनियोजन केंद्रात येणाऱ्या स्त्री-पुरुषांना ह्या सर्व सेवा मोफत दिल्या जातात. क्षेत्र कार्यकर्ते पुण्यात व पुण्याबाहेरील बोपोडी, विश्रांतवाडी (खडकी), वारजे-माळवाडी, सुतारवाडी (पाषाण) आणि रामनगर भागात वैयक्तिक संपर्क, गटचर्चा, छोट्या सभांमधून कुटुंबनियोजन, माताबालसंगोपनासंबंधी माहिती देतात, प्रसार करतात.

१९८३ मध्ये प्रथम डॉ. अनंत साठे यांच्या मार्गदर्शनाखाली 'लैंगिकता शिक्षण संशोधन, मार्गदर्शन' हा प्रकल्प कुमारवयीन मुले-मुली तसेच तरुण स्त्री-पुरुष यांच्यासाठी चालू करण्यात आला. त्यासाठी २० स्वयंसेवी शिक्षक निवडण्यात आले. त्यांना लैंगिकता शिक्षणासंदर्भात शास्त्रीय माहितीचे प्रशिक्षण देण्यात आले. त्यानंतर शाळांमध्ये विद्यार्थ्यांपर्यंत कोणकोणते विषय पोहोचवायचे हे निश्चित करण्यात आले. ते खालीलप्रमाणे होते.

१. तू आणि तुझ्या आजूबाजूचे जग, तुझी शारीरिक वाढ होतानाचे बदल.

२. मासिक पाळी

३. सुंदरता, आरोग्य आणि स्वच्छता

व्याख्यान, फिल्म शो, स्लाईड शो द्वारे ४००० मुलींपर्यंत हे विषय पोहोचवण्यात आले.

आता हा प्रकल्प राबविताना शाळा-कॉलेजेस तसेच वस्ती पातळीवरील मुला-मुलींसाठी 'लैंगिकता शिक्षण' ह्या विषयाची माहिती देताना खालील गोष्टी हाताळल्या जातात.

१. स्वत:च्या आरोग्याची काळजी २. मासिक पाळी, ३. स्त्री-पुरुष प्रजनन स्वास्थ्य, ४. समुपदेशन, ५. प्रेम, मैत्री, आकर्षण, ६. जोडीदाराची निवड, ७. स्त्री-पुरुष समानता, ८. व्यक्तिमत्त्व विकास, ९. मुलींवरील लैंगिक अत्याचार, १०. निकोप विचारसरणी, ११. घरगुती हिंसा, १२. सकस आहार.

सध्या संस्था ३ समुपदेशन केंद्र चालविते.

Go For Health Project (२००४-२००५)

कुमारवयीन मुले-मुली, तरुण स्त्री-पुरुष यांच्यामध्ये लैंगिक व प्रजनन स्वास्थ्य व हक्क यांची ओळख व माहिती करून देणे. त्यांना आरोग्याच्या सुविधा घेण्यासाठी प्रवृत्त करणे तसेच लैंगिक व प्रजनन स्वास्थ्य या बद्दलची माहिती देणे व समुपदेशन करणे यासाठी कुमारवयीन मुलांची तसेच तरुण लोकांची फळी तयार करून त्याबद्दलची माहिती लोकांमध्ये पसरविणे यासाठी समवयस्क शिक्षक तयार करणे.

हा कार्यक्रम ७ शाळांमध्ये राबविला गेला. तसेच Youth Friendly Centre उभे करण्यात आले. यामध्ये समवयस्क शिक्षक तयार करण्यात आले. त्यामध्ये त्यांना शास्त्रोक्त (Scientific) पद्धतीने प्रशिक्षण दिले गेले. त्यामुळे वस्ती पातळीवर त्यांच्याबरोबरीच्या समवयस्क व्यक्तींना ते योग्य माहिती देऊ शकतील. यामध्ये स्त्री-पुरुष समानता, सामाजिक व नैतिक जबाबदाऱ्या, लैंगिक तसेच प्रजनन स्वास्थ्य याचा समावेश होता.

पुना वुमेन्स कौन्सिल ह्या संस्थेच्या शाखेतर्फे गेली अनेक वर्षे पुणे शहराच्या दोन झोपडपट्टी क्षेत्रात प्रकल्प राबविला जात आहे. कुटुंबनियोजनासंबंधी प्रबोधन, लैंगिक व प्रजनन आरोग्यासंबंधी युवावर्गात जाणीव, जागृती आणि प्रसूतीपूर्व, प्रसूतीनंतर सेवा, लसीकरण आदी कार्यक्रम आयोजित केले जातात. ह्या शिवाय ९ शहरी झोपडपट्टी क्षेत्रात सेवा मिळाव्यात म्हणून ही शाखा जोमाने प्रचार करत आहे.

एक वा दोन मुलांनंतर ज्या दांपत्यांनी पाळणा थांबविला अशांचा सत्कार गेली १० वर्षे शाखा करीत आहे. आजवर ३०० हून अधिक दांपत्ये सन्मानित झाली आहेत. पुणे शाखेच्या कार्याबद्दल आस्था व आपुलकी असणाऱ्या व्यक्ती, विश्वस्त संस्था, बँकांकडून गेल्या ३२ वर्षात रु. १० कोटींहून अधिक अर्थसाहाय्य देणगी रूपाने शाखेस लाभले आहे. आजवर ५ लाखाहून अधिक स्त्री-पुरुष, बालक-बालिका, युवक-युवतींना पुणे शाखेच्या विविध सेवांचा लाभ झाला आहे आणि हे लाभार्थी मुख्यत: मध्यमवर्गीय-कनिष्ठ मध्यमवर्गीय-झोपडपट्टीत राहणारे आहेत.

पुणे शाखा अध्यक्ष - डॉ. सौ. सुमती कानिटकर

श्रीमती. एफ. झेड. तारापोर

१४
फॅमिली प्लॅनिंग असोसिएशन ऑफ इंडिया
सोलापूर शाखेची ३१ वर्षांची वाटचाल

सोलापूर शहरात कुटुंबनियोजन, आरोग्य शिक्षण व कुटुंबकल्याण, प्रजनन आरोग्य या क्षेत्रात उल्लेखनीय व भरीव काम करणाऱ्या ज्या काही बोटावर मोजण्याएवढ्या स्वयंसेवी संस्था आहेत त्यांपैकीच एक म्हणजे 'फॅमिली प्लॅनिंग असोसिएशन ऑफ इंडिया' या संस्थेची सोलापूर शाखा. पाहता पाहता या संस्थेने पंचवीस वर्षे पूर्ण केली आहेत. कोणत्याही संस्थेच्या इतिहासात २५ वर्षांचा कालखंड हा तसा मोठा नसतो तरी पण एक विकासाचा टप्पा किंवा मैलाचा दगड म्हणून संस्थेने केलेल्या कार्याचे सिंहावलोकन करणे अत्यंत आवश्यक आहे. या संस्थेच्या गेल्या २५ वर्षांच्या कार्याच्या परिपूर्तीबाबत मनोगत व्यक्त करताना प्रगतीचे विविध टप्पे समोर येतात. वाढती लोकसंख्या ही विकसनशील भारतापुढे अनेक समस्या निर्माण करू शकते हे वेळीच ओळखून मुंबईला १९४९ साली फॅमिली प्लॅनिंग असोसिएशन ऑफ इंडियाची स्थापना करण्यात आली आणि या संस्थेची शाखा सोलापुरात सुरू करावी म्हणून डॉ. बी.व्ही. किणीकर हे प्रस्ताव घेऊन केंद्र संस्थेकडे गेले. वाढत्या लोकसंख्येची झळ सर्वांनाच बसणार असल्याने सामान्य माणसाने कुटुंबनियोजन ऐच्छिक दृष्ट्या केले पाहिजे या उद्देशाने ख्यातनाम बालरोगतज्ज्ञ डॉ. यु.आर. वरेरकर, डॉ. बी.व्ही. किणीकर, डॉ. जी.एन. कानगो यांच्या प्रयत्नातून १२ सप्टेंबर १९७७ रोजी फॅमिली प्लॅनिंग असोसिएशन ऑफ इंडिया, सोलापूर शाखेची मुहूर्तमेढ रोवण्यात आली. फॅमिली प्लॅनिंग असोसिएशन ऑफ इंडियाच्या सोलापूर शाखेला कार्य करण्यासाठी महानगरपालिकेकडून १९७८ साली ५०००० लोकसंख्येचे क्षेत्र देण्यात आले होते. आरोग्यसेवा पुरविणे व शिक्षणाद्वारे जनजागृती करणे ही दोन प्रमुख अंगे संस्थाकार्याची

होती. मुंबईच्या केंद्रसंस्थेकडून जानेवारी १९७८ पासून व्यवस्थापन, लोकसंख्या शिक्षण, माताबाल संगोपन, नागरी कुटुंब कल्याण व गर्भपात केंद्र या प्रकल्पांना मंजुरी देण्यात आली. कोणतेही कार्य करण्याअगोदर संस्थेतर्फे त्या भागात राहणाऱ्या लोकांचे सर्वेक्षण करून आवश्यक ती माहिती मिळविली जाते. त्या माहितीच्या आधारे कार्याची दिशा ठरविली जाते. सोलापूर शहरातील मागासलेला भाग म्हणून ओळखल्या जाणाऱ्या धोंगडे वस्ती, मड्डी वस्ती, शाहीर वस्ती, विडी घरकुल, इंदिरा वसाहत, गुजर वस्ती, धोत्रीकर वस्ती इत्यादी ठिकाणी संस्थेने लसीकरण केंद्र उघडलेली आहेत. या केंद्रातून बालकांना व मातांना आवश्यक त्या लसी दिल्या जातात. संस्थेच्या साखरपेठेतील पद्मावती क्लिनिक येथे स्त्रीरोग तज्ज्ञांकडून स्त्रियांची नसबंदी केली जाते. गर्भवती स्त्रियांची प्रसूतीपूर्व व प्रसूतीनंतर तपासणी केली जाते. तसेच त्यांना योग्य तो वैद्यकीय सल्ला दिला जातो आणि कुटुंबनियोजनाची साधने पुरविली जातात. दोन मुलात अंतर ठेवण्याच्या पद्धतीही सांगितल्या जातात. महाराष्ट्र शासनाकडून १५ जानेवारी १९८२ रोजी टिळक स्मारक मंदिर, पुणे येथे नसबंदीचा वार्षिक लक्षांक पूर्ण केल्याबद्दल स्वयंसेवी संस्थेत गुणानुक्रमे प्रथम येण्याचा मान सोलापूर शाखेने मिळविला. याच कार्यक्रमात संस्थेचे संस्थापक अध्यक्ष व सध्याचे कार्यकारिणी सदस्य डॉ. उमाकांत वरेरकर यांचा गौरव करण्यात आला ही बाब आम्हाला नमूद करण्यास विशेष आनंद वाटतो. संस्थेकडून नियुक्त क्षेत्रातील रजिस्टर्ड मेडिकल प्रॅक्टिशनर्स यांचेमार्फत संततिप्रतिबंधात्मक साधने वाटली जातात. गरीब व होतकरू महिलांना आर्थिकदृष्ट्या स्वावलंबी करण्यासाठी व त्यांच्यातील सुप्त गुणांना वाव देण्यासाठी शिवण व हस्तकला यांचे वर्ग सुरू करण्यात आलेले होते, काही महिलांना संस्थेतर्फे अल्प किमतीत शिवणयंत्रे पुरविण्यात आली तर काही महिलांना भाजी विक्रीसाठी भांडवलही पुरविण्यात आले होते. झोपडपट्टीतील लहान मुलांसाठी सुदृढ बालक स्पर्धा नियमित आयोजित केली जाते. तसेच सुदृढ माता स्पर्धा आयोजित केली जाते. विजेत्यांना यथोचित बक्षिसेही दिली जातात. त्याचबरोबर बालकांचे संगोपन व संवर्धन कसे करावे, कमी खर्चात सकस आहार कशाप्रकारे घेता येतो याबद्दल अनुभवी व तज्ज्ञ व्यक्तींची व्याख्याने तेथील लोकांसाठी आयोजित केली जातात. नवदांपत्याचे वैवाहिक जीवन सुखाचे व समाधानाचे जावे याकरिता त्यांच्यासाठी लैंगिक प्रजननक्षम आरोग्य, वंध्यत्व निवारण, सुजाण पालकत्व व छोट्या कुटुंबाचे महत्त्व या विषयावर तज्ज्ञ व्यक्तींची मार्गदर्शनपर व्याख्याने वेळोवेळी आयोजित केली जातात. आमच्याकडे सध्या कार्यरत असलेले विभाग खालीलप्रमाणे

१. व्यवस्थापन
२. सुदूर सेवा पथक
३. नागरी आरोग्य व कुटुंब कल्याण केंद्र
४. प्रजनन आरोग्य व कुटुंब कल्याण केंद्र
५. प्रकल्प साहाय्य.

आम्ही नियमितपणे आयोजित करीत असलेले कार्यक्रम खालीलप्रमाणे

१.	१२ जाने. -	युवक दिन
२.	१४ ते २१ जाने. -	सिद्धेश्वर गड्डायात्रेत आरोग्यविषयक प्रदर्शन
३.	८ मार्च -	आंतरराष्ट्रीय महिला दिन
४.	२४ मार्च -	जागतिक क्षयरोग निर्मूलन दिन
५.	७ एप्रिल -	जागतिक आरोग्य दिन
६.	१४ ते १९ एप्रिल -	डॉ. बाबासाहेब आंबेडकर सेवा सप्ताह
७.	५ जून -	जागतिक पर्यावरण दिन
८.	२३ जून -	लसीकरण दिन
९.	११ जुलै -	जागतिक लोकसंख्या दिन
१०.	२ ते ८ ऑक्टोबर -	महात्मा गांधी जयंती सेवा सप्ताह
११.	११ ऑक्टोबर -	ऐच्छिक रक्तदान मोहिम
१२.	१४ नोव्हेंबर -	बालदिन
१३.	९ डिसेंबर -	जागतिक एड्स विरोधी दिन जनजागरण अभियान

'आम्ही दोघे विचारवंत-आमची मुले भाग्यवंत' हा विचार घेऊन भावे रुग्णोपयोगी वस्तु संग्रहालयाच्या माडीवर व भवानी पेठ कार्यालय येथे संस्था कार्य करीत होती. डॉ. कृ.शे.मार्डीकर संस्थेचे अध्यक्ष असताना 'लोकसंख्या शिक्षणाचा शालेय शिक्षणक्रमात अंतर्भाव' या विषयावर केंद्र संस्थेकडून शिक्षक व इतरांसाठी प्रबोधन शिबिर आयोजित करण्यात आले होते. सन १९९२ ते २००० सालापर्यंतच्या कार्यक्रमाची आखणी करण्यासाठी विभागीय कार्यशाळेची जबाबदारी सोलापूर शाखेवर मुंबई येथील मुख्य कार्यालयाकडून टाकण्यात आली होती. २७ व २८ जून १९९९ या दोन दिवसात कार्यशाळेचे यशस्वी आयोजन करून सोलापूर शाखेने आपली क्षमता सिद्ध करून दाखवली.

वयात येणाऱ्या मुलामुलींच्या लैंगिक शिक्षणाबाबत स्लाइड्स, पोस्टर प्रदर्शन आणि चित्रफितीच्या माध्यमातून तज्ज्ञांकडून मार्गदर्शन केले जाते. पल्स पोलिओ मोहिमेअंतर्गत सोलापूर महानगरपालिकेने दिलेल्या कार्यक्षेत्रात आमच्या कर्मचाऱ्यांनी राष्ट्रीय सेवा योजनेत सहभागी झालेल्या विद्यार्थ्यांच्या सहकार्याने ५ वर्षांच्या आतील बालकांचे सर्वेक्षण यशस्वीपणे पूर्ण केले. मुख्य कार्यालयाच्या सहकार्याने १९९७ सालच्या ऑगस्ट महिन्यात युवकांचा 'अभिरूप संसद' हा कार्यक्रम घेण्यात आला होता. या अभिरूप संसदेत कुटुंबनियोजनाचा कायदा करावा काय व तो सक्तीने अमलात आणावा काय? या विषयावर युवकयुवतींनी अनुकूल व प्रतिकूल मते हिरीरीने मांडलेली होती. ग्रामीण भागात व झोपडपट्ट्यात पुरेशी प्रसूतीगृहे नसल्यामुळे त्याठिकाणी बाळंतपणं सुईणीकडून केली जातात. म्हणून मुख्य संस्थेच्या सहकार्याने सोलापूर शाखेने सुईणींनी बाळंतपण करताना कोणती काळजी घ्यावी, सुरक्षित बाळंतपण कसे करावे याबद्दल त्यांना स्त्रीरोग तज्ज्ञांकडून माहिती दिली गेली व बाळंतपण करण्यासाठी काही साधनेही ६० सुईणींना संस्थेतर्फे दिली गेली. दरवर्षी ११ जुलै रोजी म्हणजेच जागतिक लोकसंख्या दिनानिमित्त छत्रपती शिवाजी सर्वोपचार रुग्णालय, सोलापूर व लायन्स क्लब ऑफ सोलापूर सेंट्रल यांच्या सहकार्याने महाविद्यालयीन विद्यार्थी व विद्यार्थीनींची अशी भव्य जनजागरण दिंडी आयोजित करण्यात येते. या दिंडीत अंदाजे १५०० विद्यार्थी व इतर स्वयंसेवी संस्थांचे पदाधिकारी व कार्यकर्ते सहभागी होत असतात. तसेच या दिवशी लोकसंख्या नियंत्रणाचे महत्त्व व छोट्या कुटुंबाचे फायदे या विषयावर तज्ज्ञ व्यक्तींची व्यख्याने शहराच्या विविध भागात आयोजित केली जातात. १ डिसेंबर– जागतिक एड्स दिनानिमित्त महाविद्यालयीन विद्यार्थ्यांची भव्य जनजागरण दिंडी प्रतिवर्षी आयोजित केली जाते तसेच एड्सवर तज्ज्ञ व्यक्तींची व्याख्याने, पोस्टर्सप्रदर्शने भरविली जातात. ८ मार्च जागतिक महिला दिनानिमित्त युवतींसाठी व महिलांसाठी महिलांचे सक्षमीकरण, वयात येणाऱ्या मुलींमधील शारीरिक व मानसिक बदल, छोट्या कुटुंबाचे महत्त्व, महिलांचे प्रश्न, महिला नेतृत्व अशा विषयांवर प्रबोधन शिबिरे महिला महाविद्यालयात संस्थेतर्फे घेतली जातात. ५ जून जागतिक पर्यावरण दिनानिमित्त शहराच्या विविध भागात वृक्षारोपणाचे कार्यक्रम ठेवले जातात व नैसर्गिक पर्यावरणाचे महत्त्व भाषणाद्वारे विशद करून सामान्य माणसात जनजागृती केली जाते. गेल्या २५ वर्षात संस्थेने केलेल्या कार्याचा आढावा खालीलप्रमाणे –

अ.क्र	कामाचा तपशील	१९७७ ते २००९पर्यंत झालेले काम
१.	पुरुष शस्त्रक्रिया	३९३७
२.	स्त्री शस्त्रक्रिया	११५५१
३.	गर्भपात	३८८०
४.	तांबी	१०८७९
५.	ओरल पिल्स	९४९१
६.	निरोध वाटप	८६२७
७.	तिहेरी लस इंजेक्शन्स	९८४५८
८.	पोलिओ लस डोसेस	२३४५८७
९.	तिहेरी बुस्टर इंजेक्शन	४४६९१
१०.	एकूण पोलिओ डोस	८५४७७
११.	गोवर इंजेक्शन	१९६९३
१२.	'अ' जीवनसत्व डोसेस	७५८६८
१३.	डी.टी. इंजेक्शन्स	४२५२५
१४.	टी.टी. इंजेक्शन्स (१० ते १६ वर्षे)	३८३७०
१५.	लोहयुक्त गोळ्या (माता)	४३०८३
१६.	टी.टी. इंजेक्शन्स (माता)	७८३३९
१७.	प्रसूतिपूर्व नोंदणी	४३०८३
१८.	बी.सी.जी. इंजेक्शन्स	८६३२
१९.	गोवर	९१३४
२०.	इंजेक्शन डेपो प्रोव्हेरा	२७१
२१.	प्रबोधन शिबीरे	१२३२
२२.	लोहयुक्त गोळ्या (मुले)	७४१५७
२३.	बाह्य रुग्ण विभाग	९७११२
	एकूण	१०४३०८७

संस्थेस स्थापनेपासून ध्येयवादी, जिद्दी, प्रामाणिक व निरलस वृत्तीने काम करणारे पदाधिकारी व कार्यकारिणी सदस्य लाभले. त्यामुळेच संस्थेची प्रतिमा जनमानसात सतत उंचावतच गेलेली आहे. संस्थापक अध्यक्ष व कार्यकारिणी सदस्य डॉ. यु.आर. वरेरकर, शिक्षणतज्ज्ञ स्वर्गीय डॉ. कृ.शे. मार्डीकर, शिवाजी विद्यापीठाचे माजी कुलगुरू श्री. के. भोगिशयन व सोलापुरातील ख्यातनाम विक्रीकर व आयकर सल्लागार ॲड. अरविंद कुलकर्णी यांच्या अध्यक्षपदाच्या कारकिर्दीत संस्थेचा नावलौकिक सतत वाढतच गेला. डॉ. बी.व्ही. किणीकर यांनी सतत १८ वर्षे संस्थेच्या मानद सचिव पदाची धुरा यशस्वीपणे सांभाळली. संस्थेचे माजी कार्यकारिणी सदस्य व बालरोग तज्ज्ञ डॉ. राजेंद्र घुली यांचे संस्थेच्या कार्यात नेहमीच सहकार्य असते. याशिवाय कर्करोग तज्ज्ञ व प्रसिद्ध शल्यविशारद डॉ. शिरीष कुमठेकर, प्रसूतीरोग तज्ज्ञ डॉ. सौ. मंजुश्री कुलकर्णी, डॉ. संपत बलदवा, क्षयरोगतज्ज्ञ डॉ.इलियास शेख, समाजसेवक श्री. उल्हास पाटील, श्रीमती उषाताई प्रभुणे, डॉ. मधुकर लोखंडे, डॉ. विक्रम पंडित यांचे योगदान संस्थेच्या कार्यात नेहमी असतेच. संस्थेच्या दिवंगत माजी उपाध्यक्ष श्रीमती सरस्वतीबाई बेत यांनी झोपडपट्टीतील गरीब मुलांसाठी ८०० गणवेश देऊ केले होते. ते संस्थेच्या कार्यक्षेत्रातील झोपडपट्ट्यातील मुलांना मोफत वाटण्यात आले. त्यांनी आपल्या हयातीत पद्मशाली समाजात कुटुंबनियोजनाचा प्रसार तळमळीने तेलुगु भाषेत भाषणे करून केला. त्यामुळे त्यांचे योगदान सदैव आमच्या स्मरणात राहील.

विविध उपक्रमांद्वारे गेल्या २५ वर्षांत लोकसंख्या शिक्षण आणि आरोग्य शिक्षणाच्या क्षेत्रात भरीव काम करून संस्थेने यथाशक्ती सोलापूर शहरवासीयांचा आरोग्यविषयक दर्जा उंचाविण्याचा प्रयत्न केला आहे.

संस्थेने वेळोवेळी हाती घेतलेले लोकोपयोगी कार्य विशेषत: आरोग्य विषयक उपक्रम यशस्वी करण्यासाठी सोलापूर शहरातील स्वयंसेवी संस्था, सोलापूर महानगरपालिका, भारत सरकारचे क्षेत्रिय प्रचार कार्यालय, विविध महाविद्यालये, शहरातील वृत्तपत्रे, सोलापूर वृत्तदर्शन, दिनमान, सोलापूर आकाशवाणी व श्री. छत्रपती शिवाजी महाराज सर्वोपचार रुग्णालय, सोलापूर इत्यादी संस्थांचे सहकार्य नेहमीच लाभत असते. संस्थेच्या कार्यालयासाठी व दवाखान्यासाठी जागा मिळवून देण्यासाठी (दिवंगत) द.प्र.भावे, शिवाजीराव पाटील (बाभळगावकर), माजी खासदार गंगाधरपंत कुचन, माजी महापौर किशोर देशपांडे, स्थायी समितीचे माजी अध्यक्ष व सध्या नगरसेवक असलेले जगदीश पाटील, महानगरपालिकेचे पदाधिकारी, नगरसेवक, नगरसेविका, महानगरपालिकेचे अधिकारी यांचे आम्हाला वेळोवेळी सहकार्य लाभलेले

आहे. त्याबद्दल संस्था त्यांची सदैव ऋणी राहील. या संस्थेला महानगरपालिकेने कार्यालयासाठी दिलेल्या जागेभोवती आमदार श्री. विश्वनाथजी चाकोते यांच्या आमदार निधीतून २,५०,०००/- रुपये खर्च करून कम्पौंडवॉल व फरशीकरण करण्यात आले. यावरून लोकप्रतिनिधींचेही आमच्या कार्यास क्रियाशील सहकार्य मिळत आहे हे सिद्ध होते.

खालील मान्यवरांनी आजपर्यंत संस्थेस भरीव आर्थिक मदत केली.

मा. खा. सुशिलकुमारजी शिंदे (केंद्रीय ऊर्जा मंत्री)	नवीन हॉल विस्तारीत बांधकाम, परमेश्वर कोळी समाज मंदिर	रु. ८ लाख
मा. आ.विश्वनाथ चाकोते	परमेश्वर कोळी हॉल बांधकाम फरशीकरण व कम्पौंडवॉल.	रु.२ लाख ९४ हजार रु.२ लाख ५० हजार
मा. आ. विजयकुमार देशमुख	नवीन हॉल पद्मावती क्लिनिक, साखर पेठ सोलापूर	रु.४ लाख ८६ हजार
मा. सौ. भारतीबाई इप्पलपल्ली	परमेश्वर कोळी समाज मंदिर वॉल कम्पौन्ड, फरशीकरण, ड्रेनेज लाइन	रु.१ लाख ८० हजार

देशातील वाढती लोकसंख्या ही समस्या वेळीच लक्षात घेऊन या समस्येला सामोरे जाण्यासाठी आपल्या परिसरातील/शहरातील लोकांनी वाढत्या लोकसंख्येवर नियंत्रण ठेवण्यासाठी कुटुंबनियोजन या राष्ट्रीय कर्तव्याचा स्वीकार करावा व लोकांमध्ये छोट्या कुटुंबाची संकल्पना विकसित करण्यासाठी तज्ज्ञ व अनुभवी डॉक्टर्स, प्राध्यापक

व समाजसेवक यांनी पुढाकार घेऊन फॅमिली प्लॅनिंग असोसिएशन ऑफ इंडिया या संस्थेची शाखा सोलापुरात सप्टेंबर १९७७ मध्ये सुरू केली.

कुटुंबकल्याण हा प्रत्येक माणसाचा जन्मसिद्ध हक्क आहे. यावर संस्थेचा ठाम विश्वास आहे. त्यासाठी प्रचार, प्रसार, शिक्षण व सेवा देण्याचे कार्य अव्याहतपणे चालू आहे. कुटुंबनियोजन व माताबालसंगोपन हा कार्यक्रम आता प्रजननक्षम आरोग्य, सुरक्षित मातृत्व व बालजीवित्व या नावाने अमलात आणला जात आहे. संस्थेने जनमानसात विविध उपक्रमांद्वारे सोलापुरात स्वत:चे असे वेगळे स्थान निर्माण केले आहे. उपलब्ध असलेल्या मानवी संसाधनाद्वारे शासकीय, निमशासकीय व इतर संस्थांच्या सहकार्याने यथाशक्ती कुटुंब कल्याणांतर्गत सेवा व सुविधा पुरविण्याचा संस्था कसोशीने प्रयत्न करीत आहे.

सन २००९ सालापर्यंतची उद्दिष्टे

१.	संरक्षित जननक्षम जोडपी	: ६५%
२.	गर्भवती मातांचे लसीकरण	: १००%
३.	बालकांचे लसीकरण	: १००%
४.	महिला साक्षरता	: ७५%
५.	मुलींच्या विवाहाचे वय	: १८ वर्षे
६.	बालमृत्यू (दरहजारी)	: १५%
७.	जन्मदर (दरहजारी)	: १५%

सोलापूर शाखांतर्गत चालणारे विविध प्रकल्प

गेल्या ३ वर्षांपासून '5A Strategic Plan' नुसार संस्थेने कार्य हाती घेतले असून यामध्ये :

१. किशोरावस्था (Adolescent), २. गर्भपात (Abortion), ३. एड्स (Aids), ४. उपलब्ध सेवा (Access), ५. प्रबोधन (Advocacy) यांचा समावेश आहे. यामध्ये किशोरवयीन कॉलेज युवक, झोपडपट्टीतील युवक यांना व्यसनाधीनता, स्वच्छता, कुटुंबनियोजन, आरोग्य, लैंगिक शिक्षण, एड्स इत्यादी विषयी प्रबोधनाचे कार्यक्रम चालू केले आहेत. किशोरवयीन मुलांच्या युवा फोरमची स्थापना केली आहे.

एड्स रोगाबद्दल झोपडपट्टीतील लोकांमध्ये जागृती निर्माण करणे, गैरसमज दूर करणे, गरजूंना संदर्भ सेवा पुरविणे इत्यादी कार्ये चालू आहेत. गर्भपातामधील

सुरक्षिततेचे महत्त्व समजावून सांगणे, तोंडावाटे घेण्यात येणाऱ्या गर्भपाताच्या गोळ्यांबद्दल माहिती व त्याची उपलब्धता सांगणे इत्यादी गोष्टी तसेच गोपनीयता याबद्दल माहिती देणे वगैरे कार्य चालू आहे.

सुरक्षित गर्भपात प्रकल्प (Safe Abortion Project) –

शस्त्रक्रियेने गर्भपात करण्याबरोबरच तोंडावाटे घ्यावयाच्या गोळ्या देऊन सात आठवड्यांपर्यंत गर्भपात करण्याची आधुनिक सोय आमच्या प्रजनन आरोग्य व कुटुंब कल्याण केंद्रात सुरू करण्यात आली आहे. त्याला स्त्रियांचा उत्तम प्रतिसाद मिळत असून डिसेंबर २००९ अखेर ११३ स्त्रियांचे गोळ्यांद्वारे सुरक्षित गर्भपात करण्यात आले आहेत. सुरक्षित गर्भपाताची नवी पद्धत, त्यांचे फायदे इत्यादी बद्दल आमच्या प्रजनन आरोग्य कुटुंब कल्याण केंद्र (RHFPC) केंद्राच्या कर्मचाऱ्यांद्वारे व ओ.आर.एस. कर्मचाऱ्यांद्वारे झोपडपट्ट्यांमधील स्त्रियांना सल्ला व मार्गदर्शन केले जाते.

१. संस्थेने आपल्या परमेश्वर समाज मंदिर, भवानी पेठ व पद्मावती क्लिनिक, रंगा चौक या दोन्ही ठिकाणी दि. ०१/०६/२००६ पासून बाह्यरुग्ण विभाग (ओ.पी.डी) सुरू केला आहे. त्यास उत्तम प्रतिसाद मिळत आहे. हा बाह्यरुग्ण विभाग (ओ.पी.डी.) सुरू केल्यामुळे सन २००८ साली झालेल्या उत्पन्नापेक्षा सन २००९ साली संस्थेच्या उत्पन्नात रु. ११६९७/– इतकी वाढ झाली.

२. आपल्या संस्थेच्या कार्यक्षेत्रात येणाऱ्या विभागामध्ये एड्स जनजागरणाचे कार्य, एड्सचे रुग्ण तसेच महिलांच्या बाबतीत विशेषत: गुप्तरोगांसंबंधी व सुरक्षित गर्भपात यासाठी मुख्य कार्यालयाकडून एक समुपदेशक व प्रयोगशाळा तज्ज्ञ यांची नेमणूक करून वरीलप्रमाणे कार्य हाती घ्यावे असे सांगण्यात आले व ते अद्यापही चालू आहे.

सोलापूर शाखांतर्गत विभाग

प्रजनन आरोग्य कुटुंबकल्याण केंद्र (Reproductive Health Family Planning Centre) :-

साखरपेठ, रंगा चौक येथील पद्मावती क्लिनिक हा स्त्रियांसाठीचा दवाखाना म्हणूनच ओळखला जातो.

या ठिकाणी स्त्रियांची प्रसूतीपूर्व व प्रसूतीपश्चात तपासणी, गर्भवती मातांचे लसीकरण, कुटुंबनियोजनाची अद्ययावत पद्धती अवलंबिली जाते व साधने उपलब्ध करून दिली जातात आणि १२ आठवड्यांपर्यंतच्या अनैच्छिक गर्भाचा गर्भपात

केला जातो. तसेच बिनटाक्याची स्त्री शस्त्रक्रिया, तात्पुरत्या कुटुंबनियोजन पद्धती, तांबी, तोंडाने घ्यावयाच्या गर्भनिरोधक गोळ्या (ओरल पिल्स), निरोध व डेपो प्रोव्हेरा इंजेक्शन मागणीनुसार दिली जातात व राष्ट्रीय कुटुंबनियोजन योजनेत जननक्षम जोडप्यांना सहभागी करून घेतले जाते. तसेच ज्या जोडप्यांना मूल होत नाही अशा जोडप्यांना प्राथमिक सल्ला, मार्गदर्शन, शालेय व महाविद्यालयीन युवक-युवतींना लैंगिक प्रश्नांबाबत व नवदांपत्यांच्या वैवाहिक जीवनातील लैंगिक व निकोप मातृत्वाबाबत माहिती, सल्ला तसेच संदर्भ सेवा पुरविली जाते. या सेवेसाठी देणगी व माफक सेवाशुल्क स्वीकारले जाते.

सुदूर सेवा विभाग (O.R.S.)

मार्च २००७ पासून मुंबई मुख्य कार्यालयाच्या सूचनेनुसार 'सुदूर सेवा पथकाचे' काम पालिकेच्या हद्दीबाहेर सुरू करण्यात आले. यासाठी कार्यकारिणी समितीने उ.सोलापूर तालुक्यातील १६ व द.सोलापूर तालुक्यातील २४ अशी एकूण ४० गावे निवडली आहेत.

मुंबई मुख्य कार्यालयाच्या आदेशानुसार गावागावांमध्ये ग्रामपंचायत सदस्य मीटिंग, आरोग्य शिबिरे, किशोरवयीन मुला-मुलींचे आरोग्य तपासणी व प्रबोधन, महिला मेळावे व प्रबोधन शिबिरे अशा कार्यक्रमाद्वारे जनजागृतीचे काम सुरू केले.

कुटुंबनियोजनाच्या कार्याबरोबरच "5A"

१.किशोरावस्था (Adolescent), २.गर्भपात (Abortion), ३. एड्स (Aids), ४. उपलब्ध सेवा (Access), ५. प्रबोधन (Advocacy) बाबत जनजागृतीचे व समाज प्रबोधनाचे काम चालू आहे. तसेच लैंगिक आजारांबाबत स्त्री-पुरुषांची तपासणी व औषधोपचार केले जातात. एच.आय.व्ही/एड्सबाबत बाधित रुग्णांना सर्वोपचार रुग्णालयात पाठवून Anti Retroviral Treatment (ART) उपचारासाठी पाठविले जातात. याठिकाणी तज्ज्ञ डॉक्टरांद्वारे उपचार केले जातात.

किशोरवयीन मुलांसाठी शालेय स्तरावर चित्रफीत दाखविली जाते. ४० गावांमध्ये गृहभेटीद्वारे सर्वेक्षण करून कुटुंबनियोजन संस्थेविषयी माहिती, कुटुंबनियोजनाच्या पद्धती, साधने, सुरक्षित गर्भपात, लैंगिक आजार, एच.आय.व्ही/एड्स, रक्त लघवी तपासणीची सोय, याविषयी माहिती दिली जाते.

गरोदर स्त्रिया, किशोरवयीन मुलींना स्वच्छता व आहार याबाबत प्रबोधनाद्वारे जनजागरण करण्याचा प्रयत्न केला जातो.

नागरी आरोग्य केंद्र (Urban Health Centre)

सन १९७८ पासून महाराष्ट्र राज्य शासनाच्या आरोग्य संचालनालयातर्फे नागरी आरोग्य केंद्र, सोलापूर शाखेशी संलग्न आहे. आरोग्य अधिकारी व ब्युरो इंचार्ज यांच्या मार्गदर्शनाखाली शहर कुटुंब कल्याण व माताबाल संगोपनांतर्गत कार्याची अंमलबजावणी केली जाते. एप्रिल १९७८ पासून सोलापूर महापालिकेने कुटुंब कल्याण अंतर्गत आरोग्य सेवा देण्यासाठी वॉर्डनिहाय विभागणी केल्यामुळे वॉर्ड क्र. २१,२२,२३,२४ व वॉर्ड क्र. ६ मधील ५0टक्के भाग अशा एकूण ५ वॉर्डमधील ५९२२३ लोकसंख्येचे पुनर्सर्वेक्षण करून सुरक्षित मातृत्व, सल्ला व पुनर्भेटी, प्रशिक्षण शिबिरे, सभा संमेलने, विविध स्पर्धा इत्यादींद्वारे जनसामान्यांमध्ये आरोग्यासंबंधी राष्ट्रीय उपक्रमांबाबत जाणीव, जागृती व सहभाग वाढविण्याचे कार्य सातत्याने होत आहे.

फॅमिली प्लॅनिंग असोसिएशन ऑफ इंडिया, सोलापूर शाखा

क्र.	अध्यक्षाचे नाव	कार्यकाल
१.	डॉ. यु.आर. वरेरकर	१९७८-१९८१
२.	डॉ. के. एस.मार्डीकर	१९८१-१९८७
३.	प्रा. के. भोगीशयन	१९८७-१९९५
४.	ॲड. ए.एस. नाडकर्णी	१९९५-२००१
५.	डॉ. एस.डी. येळेगावकर	२००१-२००८
६.	डॉ. बी.जी. आहिरे	२००८-२०१०
७.	श्री. यु.एम. पाटील	२०१०-२०१२

परिशिष्ट १

पाऊणशतक काळातील महत्त्वाच्या घटना

(१८७५-१९४९)

१८७७- नवमाल्थसवादी संस्था (न्युओ माल्थुसिएन लीग) इंग्लंडमध्ये स्थापन आणि भारताशी संबंध.

१८८८ - यु.के. नवमाल्थसवादी संस्थेचे उपाध्यक्ष झाले मद्रासच्या 'द फिलॉसॉफिक एन्कायरर'चे संपादक श्री. पी. मुरुगेस मुदलीयार आणि पुदुकोट संस्थानचे श्री. मुथय्या नायडू बंगाल, पंजाब, दिल्ली लखनौ आणि पाटणा येथेही संस्थेचे प्रतिनिधी होते. पहिल्या महायुद्धापूर्वी कैसर-इ-हिंद व सांजवर्तमान ह्या भारतातील वृत्तपत्रांमध्ये नवमाल्थसवादी संस्थेच्या सदस्यांनी लिहिलेले लेख प्रसिद्ध झाले.

१९१६ - 'पॉप्युलेशन प्रॉब्लेम इन इंडिया (१९३४ व १९५८ मध्ये सुधारित) लेखक श्री. पी.के. वट्टल यांचे पुस्तक प्रसिद्ध झाले.

१९२१ - प्रो. र.धों. कर्वे ह्यांनी आपल्या पत्नीच्या साहाय्याने पहिले संतती नियमन केंद्रमुंबईत सुरू केले.

१९२२ - दिल्लीतील रामजस कॉलेजचे जीवशास्त्राचे प्राध्यापक गोपालजी अहलुवालिया ह्यांनी 'इंडियन बर्थ कंट्रोल सोसायटी' स्थापन केली. लंडनमध्ये भरलेल्या बर्थ कंट्रोल परिषदेत ते व श्री. पी.डी. शास्त्री ह्यांनी भाषण केले.

१९२३ - मुंबईत श्री. ना. सी.फडके ह्यांनी 'बर्थ कंट्रोल लीग' स्थापन केली पण एक वर्षानंतर संस्था बंद झाली.

१९२५ - 'भारत स्वतंत्र होईपर्यंत ब्रह्मचर्य (आत्मसंयमन) पाळावे' असे म. गांधी ह्यांनी 'यंग इंडिया' या आपल्या साप्ताहिकात लिहिले. एप्रिल १९२५ मध्ये त्यांनी पुन्हा ब्रह्मचर्य व संतती नियमनासाठी आवश्यकता ह्या विषयी लिहिले पण त्यासाठी कृत्रिम साधने

वापरण्यासंबंधी नापसंती व्यक्त केली कारण ते म्हणाले, 'संभोगसुख पशुत्वभाव जोपासण्यासाठी व त्याच्या परिणामातून सुटका करून घेण्यासाठी नाही.'

१९२५ - 'बर्थ कंट्रोल रिव्ह्यू' ह्या आपल्या प्रकाशनात श्रीमती मार्गारेट सँगर ह्यांनी प्रश्नाची चर्चा केल्याबद्दल म. गांधी ह्यांचे सविनय आभार मानले पण त्या आग्रहपूर्वक लिहितात 'मानवी अनुभव घेण्याच्या मार्गमध्ये लैंगिक अनुभव हा एक सर्वात मोठा आध्यात्मिक अनुभव आहे आणि संततीनियमनामुळे, सर्वात मोठ्या नैतिक साधनामुळे इतरांना इजा न करता व पृथ्वीवरील मानवतेच्या भावी भविष्याकडे धक्का न लागता, प्रत्येक व्यक्ती आत्मविकास व आत्मसाक्षात्काराच्या मार्गवरून प्रगतीकडे जाण्यास हक्कदार आहे.

१९२५ - नोबेल पुरस्कार विजेते रवींद्रनाथ टागोर ३ सप्टेंबर १९२५ रोजी मार्गारेट सँगर यांना लिहिलेल्या उत्तरादाखल पत्रात म्हणाले, ''संततिनियमनामुळे सक्तीच्या आणि अवांछित प्रसूतीपासून स्त्रिया वाचतील व देशातील जादा लोकसंख्या कमी झाल्यामुळे शांततेच्या कार्यासही मदत होईल.''

१९२९ - सोलापूरमध्ये डॉ. ए. पी. पिल्ले ह्यांनी पत्नीकेंद्र (वाईफ क्लिनिक) सुरू केले.

१९२९ - पुणे येथे श्री.जी.डी. कुलकर्णी ह्यांनी बर्थ कंट्रोल लीग सुरू केले.

१९२९ - 'द न्यूओ माल्थुसिअन लीग' मद्रासमध्ये सर वेपा रामेसम ह्यांनी स्थापन केली.

१९३० - मुंबईत भगिनी समाजाने कुटुंब नियोजन केंद्र स्थापिले.

१९३० - बंगलोर येथील व्हिक्टोरिया अँड मॅटर्निटी हॉस्पिटलमध्ये व म्हैसूरमधील कृष्णराजेंद्र व वाणीविलास हॉस्पिटलमध्ये संततिनियमन केंद्र सुरू करण्यास म्हैसूर राज्यशासनाने परवानगी, पसंती दिली.

१९३१ - मुंबईस डॉ.ए.पी.पिल्ले ह्यांनी युजीनीक केंद्र सुरू केले.

१९३१ - १९३१ च्या जनगणनेने लोकसंख्या प्रश्नाकडे लक्ष वेधले.

१९३२ - संतती नियमनसाधनासंबंधी शिक्षण देण्यासंदर्भाचा प्रस्ताव मद्रास विद्यापीठाच्या सिनेटने स्वीकारला.

१९३३ - मद्रास प्रांतामध्ये संततिनियमन केंद्र सुरू करण्यास मद्रास राज्यशासनाने मान्यता दिली.

१९३३ - अखिल भारतीय महिला परिषदेने आपल्या लखनौ अधिवेशनात (जानेवारी) व कलकत्ता अधिवेशनात (डिसेंबर) संततिनियमनास अनुकूल असणारा ठराव संमत केला. मुंबईच्याश्रीमती सरोजिनी मेहता, नागपूरच्या डॉ. लक्ष्मीबाई जोशी, कलकत्त्यातील श्रीमती सौदामिनी मेहता, उत्तरेतील श्रीमती राजकुमारी अमृतकौर आणि दक्षिणेतील श्रीमती मार्गारेट कझिन्स सहित अनेक प्रमुख महिलांनी ह्या विषयावरील आपले विचार व्यक्त करून त्यास पाठिंबा दिला.

१९३४ - 'मॅरेज हायजिन' (नंतर बदललेलं नाव इंटरनॅशनल जर्नल ऑफ सेक्सालॉजी)चे प्रकाशन डॉ. ए.पी.पिल्ले ह्यांनी सुरू केले.

१९३५ - इंडियन नॅशनल कॉंग्रेसच्या राष्ट्रीय नियोजन समितीचे अध्यक्ष पंडित जवाहरलाल नेहरू होते. समितीने आपल्या अहवालात संततिनियमनाला पाठिंबा दिला.

१९३५ - कलकत्ता येथे वुमेन्स वेलफेअर सोसायटीची स्थापना झाली. सोसायटीने डफरिन हॉस्पिटलमध्ये आठवड्यातून एकदा असे संततिनियमन केंद्र चालविले.

१९३५-३६ - अखिल भारतीय महिला परिषदेच्या त्रिवेंद्रम अधिवेशनास श्रीमती मार्गारेट सँगर व श्रीमती इडिथ होवे हार्विन उपस्थित राहिल्या. ह्याच अधिवेशनात संततिनियमनास पाठिंबा देणारा ठराव संमत झाला. श्रीमती मार्गारेट सँगर ह्यांनी देशभर दौरा केला व म. गांधी ह्यांची भेट घेतली.

१९३६ - श्रीमती कावसजी जहांगीर व डॉ. ए.पी. पिल्ले ह्यांच्या नेतृत्वामुळे 'सोसायटी फॉर द स्टडी अँड प्रमोशन ऑफ फॅमिली हायजीन'चे काम सुरू झाले. सोसायटीने दोन संततिनियमन केंद्रे सुरू केली व डॉक्टरांसाठी प्रशिक्षण वर्ग आयोजित केले.

१९३६ - संततिनियमन विभाग असलेली पहिली 'अखिल भारतीय लोकसंख्या परिषद' लखनौ येथे भरली.

१९३७ - मुंबई महापालिकेत संततिनियमन सेवा सुरू करण्यासंबंधी श्री. एम.आर. मसानींचा ठराव असंमत झाला.

१९३८ - संततिनियमन विभागासह दुसरी 'अखिल भारतीय लोकसंख्या परिषद' मुंबईत आयोजित केली.

१९३८ - इंडियन नॅशनल कॉंग्रेसचे अध्यक्ष श्री. सुभाषचंद्र बोस त्रिपुरा अधिवेशनात म्हणाले, 'स्वतंत्र भारताच्या दीर्घकालीन कार्यक्रमात

पहिला अग्रक्रम वाढत्या लोकसंख्येस मुकाबला करण्याचा...ह्या समस्येकडे जनसामान्यांचे लक्ष वेधून घेण्यासंबंधी मी आग्रहपूर्वक आवाहन करतो.

१९३९ - कर्नल (डॉ) वी.एल.रैना ह्यांनी संततिनियमन कार्यास साहाय्य करण्यासाठी 'मातृसेवा संघ' उज्जैन येथे सुरू केला. कर्नल रैना नंतर केंद्रीय आरोग्य मंत्रालयात कुटुंबनियोजन कार्यक्रमाचे पहिले संचालक झाले.

१९३९ - संयुक्त प्रांतात 'बर्थ कंट्रोल वर्ल्ड वाईड' ची स्थापना झाली. फॅमिली प्लॅनिंग असोसिएशन, यु.के.तर्फे श्रीमती रेणू दत्ता यांनी संततिनियमन कार्यक्रमाच्या प्रसारासाठी उत्तर भारताचा दौरा केला.

१९४० - 'सोसायटी फॉर द स्टडी अँड प्रमोशन ऑफ फॅमिली हायजिनचे' नामांतर होऊन फॅमिली प्लॅनिंग सोसायटी मुंबईतील 'भगिनी समाज समितीत' समाविष्ट झाली.

१९४० - संततिनियमन केंद्र सुरू करण्यासंबंधीचा श्री. पी.एन.सप्रु ह्यांचा ठराव दिल्ली विधान मंडळात संमत.

१९४६ - भारत सरकारच्या 'आरोग्य पाहाणी व विकास समितीने' (भोर समिती) नवीन आरोग्य रचनेत संततिनियमन सेवा देण्यासंबंधीची शिफारस केली.

१९४६ - प्रसूती केंद्रामध्ये संततिनियमन सेवा देण्याचा ठराव मुंबई महापालिकेमध्ये मेयर श्री. एम. आर. मसानींच्या मतामुळे संमत झाला.

१९४७ - आपल्या दोन प्रसूती गृहांमध्ये मुंबई महापालिकेने दोन संततिनियमन केंद्रे सुरू केली.

१९४९ - जनरल करिअप्पा ह्यांच्या शिफारसीनुसार भारतीय सैन्याने आपल्या 'आरोग्य व कल्याण संघटनेत' कुटुंब नियोजनाचा भाग समाविष्ट केला.

१९४९ - 'फमिली प्लॅनिंग कमिटी' स्थापन झाली आणि लवकरच ती कमिटी 'फॅमिली प्लॅनिंग असोसिएशन ऑफ इंडिया' झाली.

परिशिष्ट २

श्रीमती धनवंती रामराव - संस्थापक अध्यक्ष

(१९४९-१९६३)

'भारतातील कुटुंबनियोजन माता' म्हणून जनसामान्य, अभिजन वर्गात मानल्या गेलेल्या श्रीमती धनवंती रामाराव यांचा अखिल भारतीय महिला परिषद व अन्य महिला संस्थांशी अनेक वर्ष कृतीशील संपर्क, संबंध होता. २३ जुलै १९४९ रोजी मुंबईत स्थापन झालेल्या 'फॅमिली प्लॅनिंग असोसिएशन ऑफ इंडिया' च्या श्रीमती धनवंती रामराव संस्थापक अध्यक्ष होत्या. नोव्हेंबर १९५२ मध्ये मुंबईत स्थापन झालेल्या 'इंटरनॅशनल प्लॅन्ड पेरेंटहूड फेडरेशन'च्या श्रीमती मार्गारेट सँगर बरोबर संयुक्त अध्यक्ष होत्या. श्रीमती रामराव यांनी १९६४ ते १९७१ पर्यंत फेडरेशनचे अध्यक्षपद भूषविले. पद्मभूषण वाटुमल फौंडेशनचा विशेष सेवा पुरस्कार (१९६७), सोसायटी फॉर द फॅमिली मॅन (न्यूयॉर्क) पारितोषिक (१९६८) आदींच्या श्रीमती रामाराव मानकरी होत्या.

संस्थेच्या संस्थापक सदस्यांपैकी एक श्रीमती आवाबाई वाडिया. लंडनमध्ये बॅरिस्टरीचे शिक्षण घेतलेल्या श्रीमती वाडिया ह्यांनी अखिल भारतीय महिला परिषदेच्या मुंबई शाखेत परिषदेच्या ज्येष्ठ कार्यकर्त्या पदाधिकारी श्रीमती कमलदेवी चटोपाध्याय ह्यांच्या मार्गदर्शनाखाली १९४० च्या दशकात कामास प्रारंभ केला. २३ जुलै१९४९ रोजी मुंबईत असोसिएशनची स्थापना झाली. ह्या दिवसापासून पहिली १५ वर्षे-१९४९ ते १९६४-पर्यंत श्रीमती वाडिया यांनी संस्थेच्या मानद सचिव म्हणून कामाची जबाबदारी समर्थपणे सांभाळली. इंटरनॅशनल प्लॅन्ड पेरेंटहूड फेडरेशन ह्या संस्थेची स्थापना मुंबईत २९ नोव्हेंबर १९५२ रोजी झाली. ह्या संस्थेच्या स्थापनेत, उभारणीत विस्तारात श्रीमती वाडिया ह्यांचा लक्षणीय वाटा होता. फेडरेशनच्या अध्यक्ष म्हणून सहा वर्षे (१९८३ - १९८९) त्यांनी कुशलतेने जबाबदारी पार पाडली. असोसिएशनचे अध्यक्ष म्हणून १९६४-१९९९ अशी ३५ वर्षे धुरा वाहिली.

ह्या प्रदीर्घ काळात त्यांच्या नेतृत्वामुळे असोसिएशनचे मुख्य कार्यालय (मुंबई) व देशभरच्या अनेक शाखांत अनेकविध सामाजिक, ग्रामीण विकासाचे कार्यक्रम सुरू झाले आणि फलद्रूप झाले. १९६० च्या दशकात लोकसंख्याशिक्षण, १९७० च्या दशकात लैंगिकता शिक्षण, १९८० च्या दशकात 'परिवार प्रगती मंडळ' आणि 'समन्वित ग्रामीण विकासाचे प्रकल्प' ह्या कार्यक्रमांना चालना मिळाली. त्यांनी जून १९५६ पासून असोसिएशनच्या 'द जर्नल ऑफ फॅमिली वेलफेअर' ह्या त्रैमासिकाचे संपादकपद स्वीकारले आणि सलग ४३ वर्षे यशस्वीपणे सांभाळून त्रैमासिकाला आंतरराष्ट्रीय दर्जा प्राप्त करून दिला. १९९३ मध्ये हे त्रैमासिक-जर्नल, 'ग्लोबल मिडीया अवॉर्ड ऑफ द पॉप्युलेशन इन्स्टिट्यूट', यु.एस.ए. ह्या पुरस्काराचे मानकरी ठरले.

आपल्या प्रदीर्घ कार्यकाळात श्रीमती आवाबाई वाडिया ह्यांनी राज्य, राष्ट्रीय, आंतरराष्ट्रीय पातळ्यांवरील समित्यांमध्ये असोसिएशनचे व फेडरेशनचे प्रतिनिधित्व केले. त्याप्रमाणे कुटुंबनियोजन, लोकसंख्या विषयक परिसंवाद, सभा-परिषदांमध्ये त्यांचा क्रियाशील सहभाग होता. मेक्सिको, नैरोबी, बीजिंग आदी परिषदात त्यांचा सहभाग महत्त्वाचा होता. फेडरेशनच्या अध्यक्ष म्हणून काम पाहात असताना फेडरेशनला १९८५ मध्ये संयुक्त राष्ट्र लोकसंख्या पुरस्कार आणि १९८७ मध्ये द थर्ड वर्ल्ड प्राइज लाभले. असोसिएशनच्या अध्यक्ष म्हणून त्यांना पद्मश्री (१९७१) व पद्मभूषण (१९८१), हे सनन मिळाले. तर १९९७ मध्ये 'द अर्थ टाइम्स' न्यूयॉर्कने जगातील सर्वोच्च १०० कर्तृत्ववान व्यक्तींमध्ये त्यांची निवड केली. नेतृत्व, वक्तृत्व, कर्तृत्व असा त्रिवेणी संगम त्यांच्या व्यक्तिमत्वात होता. "The light is ours : Memories & Movements" हा ७०६ पृष्ठांचा ग्रंथ त्यांनी वयाच्या ८८व्या वर्षी लिहिला व फेडरेशनने प्रकाशित केला. ११ जुलै २००५ रोजी श्रीमती आवाबाई वाडिया कालवश झाल्या.

डॉ. श्रीमती नीना पुरी (१९९८-९९ व २०००-२००१)

असोसिएशनच्या उपाध्यक्ष डॉ. श्रीमती नीना पुरी ह्या संस्थेच्या अध्यक्ष म्हणून १९९८-९९ व २०००-२००१ ह्या कालावधीसाठी निवडून आल्या. डॉ. श्रीमती पुरी ह्यांनी १९८१-८२ पर्यंत अविभाजित हरयाणा शाखेच्या अध्यक्ष म्हणून मोलाची कामगिरी बजावली. इंटरनॅशनल प्लॅन्ड पेरेंटहूड फेडरेशनच्या मध्यवर्ती समिती दक्षिण अशिया समितीसह अनेक समित्यांशी सदस्य या नात्याने डॉ. श्रीमती पुरी ह्यांचा क्रियाशील संबंध होता. कुरुक्षेत्र विद्यापीठाची पीएच.डी. पदवी डॉ. श्रीमती पुरी ह्यांनी

'श्रीमंत नानासाहेब पेशवे' यांच्या संबंधी संशोधन करून संपादन केली. वक्ता, लेखक आणि कृतीशील म्हणून प्रसिद्ध असलेल्या डॉ. श्रीमती नीना पुरी ह्यांचे असोसिएशनसाठीचे योगदान लक्षणीय आहे. फेडरेशनचे अध्यक्षपदही डॉ. श्रीमती नीना पुरी ह्यांनी भूषविले होते.

डॉ. मोहिंदर सी. वत्स (२००४-२००५)

असोसिएशनच्या मुंबई शाखेचे माजी अध्यक्ष. १९७३ पासून लैंगिक शिक्षण, समुपदेशन, संशोधन उपचार/प्रशिक्षण केंद्राचे प्रमुख ह्या नात्याने असोसिएशनमध्ये कार्यरत. लैंगिक शिक्षण क्षेत्रातील 'गोल्डन लॅम्प' 'सुवर्णपदक' 'जीवनगौरव' 'प्रथम पुरस्कार' ह्या पुरस्कारांनी सन्मानित, आणि 'अमेरिकन असोसिएशन ऑफ सेक्स एज्युकेटर्स, कौन्सलर्स आणि थेरपिस्ट'चे प्रमाणित लैंगिक प्रश्न विषयक प्रशिक्षण व समुपदेशक.

डॉ. एम.एन. तावरगेरी (२००६-२००७)

असोसिएशनच्या धारवाड शाखेचे संस्थापक सदस्य (१९७१), विश्वस्त संजीवनी मेडिकल ट्रस्ट, विप्रा मेडिकल ट्रस्ट, कला मंडळ ट्रस्ट, परिसर मंडप ट्रस्ट आणि सदस्य संचालक मंडळ (जनन शिक्षण समिती संस्था गट), समाज परिवर्तन समुदाय, इंडियन रेडक्रॉस सोसायटी आणि संगीत भारती, धारवाड.

डॉ. श्रीमती उषा कृष्ण (२००८-२००९)

कुटुंबनियोजन जनस्वास्थ्य संशोधन सल्लागार समित्या, अध्यापन कार्याशी निगडित व्यावसायिक काम, भारतातील स्त्रीरोग व प्रसूती संस्थांची फेडरेशन, मुंबईतील तत्सम संस्था ह्यांच्या माजी अध्यक्ष. भारतीय वैद्यकीय संशोधन समिती, भारत सरकारचे आरोग्य व कुटुंब कल्याण खाते, पॉप्युलेशन फौण्डेशन नवी दिल्ली, लार्सन अॅन्ड टुब्रो (मुंबई) च्या वैद्यकीय व कल्याण सल्लागार, केईएम हॉस्पिटल व सेठ गो.सुं. मेडिकल कॉलेज (मुंबई) आदी एकंदर १५ संस्थांशी विश्वस्त, सल्लागार, अध्यक्ष ह्या नात्याने कृतीशील. डॉ. बी.एन. पुरंदरे पुरस्कार (२००३) व अन्य तीन पुरस्कार प्राप्त. व्यावसायिक नियतकालिकांमधून १५१ लेख, क्रमिक पुस्तकामध्ये १९ प्रकरणे, ११ शैक्षणिक प्रकाशने, ९ पुस्तकांच्या मालिकेचे संपादन आणि कुटुंबनियोजन, सुरक्षित गर्भपात, जनस्वास्थ्य हे आस्था विषय.

श्रीमती सुजाता नटराजन (२०१०-२०१२)

मद्रास ख्रिश्चन कॉलेजमधून सार्वजनिक प्रशासन विषयात पदव्युत्तर पदवी. विविध विकास कार्यक्रमात व विशेष करून प्रजनन, आरोग्य कार्यात २० वर्षाहून अधिक काळ सहभाग. तामिळनाडूतील नागपट्टीनम जिल्ह्यातील त्सुनामी पीडितांसाठी रोजगार व इतर कार्यक्रमांद्वारे पुनर्वसन कार्य. सप्टेंबर २००३ ते सप्टेंबर २००४ पर्यंत कॉन्फेडरेशन ऑफ इंडियन इंडस्ट्रिजच्या यु.एस.ए.इ.तर्फे एचआयव्ही एड्सचे व्यवस्थापन. २००२ ते २००३ पर्यंत अपोलो हॉस्पिटलच्या ग्रामीण कार्यक्रमाच्या सल्लागार. खादी अॅण्ड व्हिलेज इंडस्ट्रिज फेडरेशन, आय.एल.ओ/यु.एन.एफ.पी.ए कॅटॅलीस्ट ट्रस्ट आदी संस्थांशी कृतीशील संपर्क, दूरदर्शन व आकाशवाणीच्या विकास विषयक चर्चासत्रे, भाषणे यामध्ये सहभाग. 'द हिंदू', 'द इंडियन एक्सप्रेस' मधून लिखाण.

परिशिष्ट ३
फॅमिली प्लॅनिंग असोसिएशन ऑफ इंडिया
शाखा-स्थापना वर्ष व सदस्य संख्या

शाखा/प्रकल्प	स्थापना वर्ष	सदस्य संख्या (२००९)
१. आग्रा	जून २००५	६१
२. अहमदाबाद	ऑक्टोबर १९५०	७९
३. बंगलोर	मार्च १९५५	१८१
४. भोपाळ	मार्च १९६४	१२७
५. भुवनेश्वर	डिसेंबर १९८३	६८
६. बिदर	नोव्हेंबर १९७३	६९
७. विजापूर	जून १९७३	६२
८. बेळगाव	ऑक्टो. १९७२	७१
९. चेन्नई	ऑगस्ट १९७०	११३
१०. धारवाड	मे १९७१	८१
११ दिंडगिल	जुलै १९७६	६०
१२. गोंदीया	डिसेंबर १९६९	१०९
१३. ग्वाल्हेर	नोव्हेंबर १९६३	६९
१४. हैद्राबाद	जुलै १९५१	१०४
१५. जबलपूर	सप्टेंबर १९६०	८३
१६. इंदूर	जानेवारी १९५९	७१
१७. कोलकत्ता	जानेवारी १९७४	१०४
१८. कालचिनी	ऑगस्ट १९५८	१००
१९. लखनौ	जुलै १९६५	७०

२०.	मोहाली	१९४९	७१
२१.	मुंबई	ऑक्टो.१९४९	१५५
२२.	म्हैसूर	जून १९७३	८९
२३.	नागालँड	जानेवारी १९७७	७०
२४.	निलगिरी	फेब्रुवारी १९६९	६४
२५.	उत्तरकॅनरा	जानेवारी १९७२	११६
२६.	पंचकुला	जुलै १९७२	७१
२७.	पाटणा	ऑगस्ट १९५९	६८
२८.	पुणे	जुलै १९७७	७९
२९.	रायचूर	नोव्हेंबर १९७३	६०
३०.	राजकोट	एप्रिल १९७९	७१
३१.	शिमोगा	जून १९७४	१२३
३२.	सोलापूर	सप्टेंबर १९७७	८०
३३.	दक्षिणकॅनरा	डिसेंबर १९५६	६४
३४.	सिंगभूम	सप्टेंबर २००५	२६४
३५.	त्रिवेंद्रम	जानेवारी १९७१	८५
३६.	यमुनानगर	एप्रिल १९९२	१७९
	एकूण		**३२५३**

एकंदर शाखा ३६

चार प्रकल्प – बेल्लरी (सप्टेंबर १९७३)
जयपूर (सप्टेंबर २०००)
मदुराई (१९७६)
नवी दिल्ली (जानेवारी १९६४)

परिशिष्ट ४

असोसिएशनचे पदाधिकारी

(१९४९-२००९)

उपाध्यक्ष

श्रीमती मिथान जे लाम, कर्नल आर. एन. खोसला, श्री.बी.एम.सिंधी, श्री. टी. रमेश व्ही.फै, श्रीमती प्रेमलता गुप्ता, श्रीमती इंदिरा चक्रवर्ती, श्रीमती कृष्णा पुरी, श्री. एस. पी. गोदरेज, गिरीश पाठक, डॉ. श्रीमती नीना पुरी, लीलावती चंद्रशेखर, डॉ. एम. एन. तावरगेरी, प्रभा आर., एस. सूर्यनारायणन, ए. जे. देशमुख, डॉ. एस.आय.नागराज, डॉ. एम.सी वत्स, शकुंतला शर्मा, सुजाता नटराजन, मनीषा बजाज, डॉ. एस. सिदारेडी, डॉ. जी. डी. गिल्डा, भरत जोशी, डॉ. मंदाकिनी पुरंदरे, डॉ. दीपनविता हजारी, डॉ. एस. पी. सोनावाला, डॉ. सी. एल. झव्हेरी, डॉ. एम.जी सोमशेखर, डॉ. व्ही.बी. नाडकर्णी, डॉ. ए. पी. दुबे, एस.व्ही. नटराजन, डॉ. श्रीमती हेम सनवाल.

असोसिएशनचे संयुक्त खजिनदार

श्रीमती वैदेही चार, श्रीमती एम.एस. एच.झाबवाला, श्रीमती शिरीन इंजिनिअर, प्रभा चार, डॉ. एस. आर. नागराज, डॉ. पी.व्ही. ठक्कर, सरोज सेटलवाड, श्रीमती गुलाब दलाल, डॉ. सुरींदर एस. पृथी, डॉ मंदाकिनी पुरंदरे, डॉ. एम.एन. तावरगेरी, डॉ. जानकी देसाई, श्री उमेश आराध्ये, ए.जे. देशमुख.

१९५७ – १९५९ अखिल भारतीय समिती

सदस्य डॉ. सुधीर बोस (जलपायगुडी), गुलाब दलाल (मुंबई), श्रीमती कमलादेवी चट्टोपाध्याय (नवी दिल्ली), प्रेमलता गुप्ता (हैद्राबाद), शांता नवकल (मुंबई), कृष्णा पुरी (नवी दिल्ली), डॉ. हेम सनवाल (आग्रा), डॉ. जी.एम.फडके

(मुंबई), डॉ. बलजित सिंग (लखनौ), श्रीमती आर.पी. श्रीवास्तव (कानपूर), डॉ. श्रीमती के. सुंदरम (नवी दिल्ली), डॉ. पी.एल.त्रेहान (डेहराडून), श्रीमती इ. वेम्बू (मुंबई), विमला वीरमणी (दिल्ली)

शाखांचे प्रतिनिधी – आग्रा, अजमेर, आंध्रप्रदेश, पश्चिम बंगाल, मुंबई, दिल्ली, इंदूर, जलपायगुडी, जामनगर, कालचिनी, मद्रास, दक्षिणकॅनरा, मणीपूर, म्हैसूर राज्य, पंजाब, तिरुचिरापल्ली, त्रिवेंद्रम, विदर्भ.

परिशिष्ट ५
असोसिएशनचे पदाधिकारी (२०१०-२०११)

अध्यक्ष –   श्रीमती सुजाता नटराजन

उपाध्यक्ष –   डॉ. मीरा दावर
                       डॉ. दीपनविता हजारी
                       डॉ. के शेषगिरी राव
                       डॉ. श्रीकांत डी. येळेगांवकर

मानद खजिनदार –   श्री. उमेश आराध्ये
                       श्रीमती वीणा मोंगा
                       डॉ. उषा कृष्णा – भूतपूर्व अध्यक्ष

कार्यकारी मंडळ सदस्य –   डॉ. जानकी देसाई
                       डॉ. मंदाकिनी पुरंदरे
                       प्रा. सौ. पौर्णिमा जॉर्ज
                       डॉ. कु. मनमोहन कौर
                       सौ. फ्रेनी तारापोर
                       श्री. विजय गोसाई
                       श्री. आर.के.सोनी
                       श्री. सरफराज हुसेन (युवा कार्यकर्ता)

वैद्यकीय सल्लागार समिती (२००८-२००९)

अध्यक्ष –   डॉ. आर.पी. सोनावाला

उपाध्यक्ष –   डॉ. उषा कृष्णा, डॉ. एस.आय. नागराल.

प्रमुख सदस्य –   डॉ. सोनावाला
                  मंदाकिनी पुरंदरे
                  एस.आर.नागराल
                  उषा कृष्णा
                  कुसुम जव्हेरी
                  नाझर शेरिअर
                  जानकी देसाई
                  महिंदर वत्स
                  चंद्रा पुरी
                  अलका देशपांडे

इतर सदस्य –   डॉ. संजय गुप्ता
                  सतीश तिब्रेवाला
                  एस.जे. श्रॉफ
                  दुरा शहा
                  सोहराब सिद्धवा
                  अविनाश फडके

समन्वयक –   डॉ. अष्टो माथुर

परिशिष्ट ६
विविध मार्गांनी प्राप्त झालेले साहाय्य

चेन्नई

ए.व्ही. एम. चॅरिटीजकडून मिळालेल्या भक्कम आधारावर चेन्नई येथील फॅमिली प्लॅनिंग असोसिएशन केंद्र गेली ३० वर्षे कार्य करीत आहे. विशेषत: जननक्षमता, कुटुंबनियोजन, एचआयव्ही/एड्स, लिंगसमभाव इत्यादी विषयांवर जाणीव – जागृती निर्माण व्हावी म्हणून कार्यक्रम राबविले जातात. तरुण-तरुणी, महिला आणि दुबळ्या समजल्या जाणाऱ्या – जसे MSM इंजेक्शन, ड्रग्ज घेणारे, वेश्या आणि एचआयव्ही/एड्स-बाधित व्यक्ती यांच्यासाठी कार्य केले जाते.

एचआयव्ही/एड्स संबंधी लोकांना व्यवस्थित माहिती मिळावी, गैरसमज दूर व्हावेत यासाठी आणि या संदर्भात कोणती काळजी आणि दक्षता घ्यावी लागेल ह्याची जाणीव व्हावी म्हणून ठिकठिकाणी कार्यशाळा घेण्यात आल्या. त्यातील काही ठिकाणे अशी –

निरनिराळ्या कंपन्या –
१. ऑल इंडिया हँडलूम अणि निप्पॉन ॲपरल्स कार्पो. लि.
२. लिंक अप टेक्सटाईल्स
३. लार्सन अँड टुब्रो

इतर संस्था –
१. कम्युनिटी ॲक्शन ट्रस्ट
२. दि न्यू लिड ट्रस्ट
३. इबेंझर होम फॉर सोशल आऊटरिचेस

शैक्षणिक संस्था –
१. गव्हर्नमेंट टिचर इन्स्टिट्युशन ट्रिलिकेन चेन्नई.
२. गर्ल्स मुस्लीम गव्ह. टिचर ट्रेनिंग इन्स्टि. चेन्नई.
३. टि.एस. श्रीनिवासन पॉलिटेक्निक वनग्राम चेन्नई.

वस्तीपातळीवर - १. शिवलिंगपुरम
२. के के नगर ब्रँच-१
३. के.के. नगर ब्रँच-२

लैंगिक शिक्षण समुपदेशन संशोधन आणि प्रशिक्षण प्रकल्प (SECRT)

किमान ५० टक्के सरकारी शाळांमध्ये लैंगिकता आणि जननक्षम आरोग्यासंबंधी कार्य केले जावे यासाठी शिक्षणाधिकाऱ्यांनी विशेष साहाय्य निधी उपलब्ध करून दिला. या कार्यक्रमासाठी खालील सरकारी शाळांची निवड करण्यात आली.

१. विलिंग्टन हायर सेकंडरी स्कूल -टिलिकॉन - चेन्नई
२. प्रेसिडेन्सी गर्ल्स हायर सेकंडरी स्कूल - इग्मोरे - चेन्नई
३. डॉ. आंबेडकर गव्हर्नमेंट हायर सेकंडरी स्कूल - इग्मोर
४. गव्हर्नमेंट गर्ल्स हायर सेकंडरी स्कूल - विलिविक्कम - चेन्नई
५. गव्हर्नमेंट गर्ल्स हायर सेकंडरी स्कूल - एम.के.बी.नगर

(जपान ट्रस्ट फंडेड) JTF प्रकल्प

अत्यंत प्रतिष्ठेचा समजला जाणारा 'जापनिज ट्रस्ट फंडेड प्रॉजेक्ट' हा प्रकल्प २००८ सालपासून MSMS, LUDS, सेक्स वर्कर्स आणि PLHIVS यांच्यापर्यंत माहिती पोहोचविण्यासाठी आणि त्यांना त्या संदर्भातील जाणीव करून देण्यासाठी सुरू करण्यात आला.

२००८ साली आणखी एक महत्त्वाचाा सहकार्याचा हात एचडीएफसी आणि ग्रीन पीस यांच्याकडून मिळाला. त्यामुळे कांचीपुरम जिल्ह्यातील थिरुकलुकुंडरम आणि चिथमूरच्या ग्रामीण भागात कामाची सुरुवात करता आली.

ऑल इंडिया प्रेसिडेंट डॉ. उषा कृष्णा यांनी सुचविल्यावरून सकथी प्रकल्प - 'सकथी क्लासेस' नावाने सुरू करण्यात आला. त्यात सौंदर्य, आरोग्य, आहार, तणावमुक्ती, घरगुती औषधे इत्यादी संबंधी प्रशिक्षण देण्यात आले.

Green Peace Ltd

ग्रीन पीस लि. कंपनीचा कन्स्ट्रक्शनचा व्यवसाय आहे. ब्रँचच्या प्रेसिडेंट मिसेस सुजाता नटराजन यांनी कंपनीकडे फंड्स संबंधी प्रपोजल दिले होते. कंपनीने रु. २,००,०००/- मंजूर केले. या निधीतून कांचिपुरम जिल्ह्यातील शिसथवूर या खेड्यात रिप्रॉडक्टीव्ह आणि सेक्युअल हेल्थ संबंधी काम सुरु करण्यात आले.

या कामासाठी ग्रुप जमवण्याचीही गरज लोकांपर्यंत पोहोचवण्यासाठी भासत

असते. खालील कंपन्यांनी त्यांच्या कामगारांबरोबर चर्चा करण्यासाठी सहकार्य केले आहे. त्या कंपन्या अशा –

१. एम.ई. झेड सेलिब्रेटी गारमेंट फॅक्टरी
२. लिंकअप टक्सटाईल्स
३. एस.एल.ए.एम.
४. एल अँड टी लि.
५. एआयएन एक्सपोर्ट
६. राज इम्पेक्स
७. ईआयडी पॅरी लि.
८. सना गोबीन लि.

म्हैसूर शाखा (FPA India Mysore Branch)

FPI India म्हैसूर शाखा ही गेली ३७ वर्षे कार्यरत आहे. निरनिराळे प्रकल्प हाती घेऊन ते यशस्वीरीत्या पूर्ण करीत आहे. ज्या भागात खरी गरज आहे अशा भागात प्रकल्प राबविले जातात. या शाखेचे उद्दिष्ट 5A's वर काम करायचे आहे.

1. Adolescents
2. Access
3. Abortion
4. Advocacy
5. Aids

'साथी' हाही त्यातलाच एक प्रकल्प आहे. पौगंडावस्थेतील –तारुण्याच्या उंबरठ्यावर– असणाऱ्यांना मार्गदर्शन करणे आणि आरोग्यविषयक प्रशिक्षण कार्यक्रम घेणे हा या प्रकल्पाचा मुख्य उद्देश आहे. विवाहित आणि अविवाहित तरुण–तरुणींसाठी जीवन कौशल्य, समजदारी आणि परिपक्वता येण्यासाठी प्रयत्न केले जातात. त्या संदर्भातील माहिती पुरविली जाते. १४ नोव्हे. २००६ रोजी 'अॅडोलसन्स फ्रेंडली क्लिनिक'चे उद्‌घाटन झाले. आरोग्य तपासणी आणि समुपदेशनाचे कार्य येथे चालते. अतिशय प्रसन्न वाटावे अशा या क्लिनिकमध्ये माहितीसाठी महत्त्वपूर्ण चित्रं पुस्तकं आणि मासिकं स्वागतकक्षात ठेवलेली आहेत. तरुणींसाठी महिला डॉक्टरची नियुक्ती केलेली आहे.

'साथी'च्या प्रकल्प कार्यक्षेत्रातील उपक्रमाद्वारे तरुण–तरुणींना लैंगिक व प्रजनन आरोग्यासंबंधी उत्तम माहिती मिळाली आहे. त्यामुळे दखल घेण्याइतपत चांगला बदल घडून आला आहे. अनेक कुटुंबांनीही त्याचा लाभ घेतला आहे आणि (फॅमिली प्लॅनिंग) कुटुंब नियोजन करणाऱ्यांची संख्या वाढते आहे.

लैंगिक व प्रजनन आरोग्यासंबंधी उघडपणे बोलणं किंवा विचारणं हे आतापर्यंत खरं तर निषिद्धच होत. पण जाणीव, जागृतीच्या कार्यक्रमांमुळे आता अगदी मोठ्या व्यक्तींपासून ते तरुण आणि वयात येऊ घातलेल्या व्यक्तीसुद्धा या चर्चेत सहभागी

होतात. शंका, प्रश्न मोकळेपणाने विचारतात हेच या कामाचे फार मोठे यश आहे.

नर्सिंगच्या विद्यार्थिनी आणि तरुणींसाठी जाणीव, जागृती कार्यक्रम घेतला गेला. यात नर्सिंगच्या विद्यार्थिनी, आयुर्वेदिक कॉलेज आणि B.Sc. च्या विद्यार्थिनींनी सहभाग घेतला. तरुणपणी शरीरात होणारे बदल, समुपदेशनाची गरज HIV/AIDS चा प्रसार, परिणाम, लक्षण आणि गैरसमज या विषयी चर्चा केली. सुरक्षित गर्भपात, समुपदेशनात आलेले काही अनुभव, यशस्वीरीत्या हाताळलेल्या काही केसेस- याची चर्चा झाली.

प्राप्त झालेले साहाय्य

नाव	रुपये
लाभार्थी आणि ग्राहकांकडून	५,२२,३७४.00
औषधविक्री	१२,३७९.00
पुस्तकविक्री	४0,२९७.00
प्रशिक्षणार्थींकडून	९,२00.00
एस.आर.एच.सर्व्हिसेस	२,0९0.00
कार्यक्रमासाठी गव्हर्नमेंट निधी	५,000.00
हितचिंतकांकडून देणगी	३२,११८.00
फिक्स ॲसेट डिपॉझिट्स	५,८२0.00
इतर जमा	९,२१५.00

एफ.पी.आय. इंडिया - मुरहू शाखा

खुंटी जिल्ह्यातील खुंटी आणि मुरहु या गावात १९९२ साली फॅमिली प्लॅनिंग असोसिएशन ऑफ इंडियाने कुटुंबनियोजनाच्या कार्याला सुरुवात केली. १७ वर्षांच्या कालावधीत जाणीव-जागृतीच्या कार्यक्रमामुळे लोकसंख्या वाढ, लैंगिकता, आरोग्य याविषयीची सखोल माहिती पौगंडावस्थेतील तरुण-तरुणी आणि महिला यांना मिळाली. त्यामुळे त्यांची सक्षमता वाढीस लागली. नको असलेली गर्भधारणा, कायदेशीर आणि सुरक्षित गर्भपात याविषयी महिलांना माहिती देण्यात आली. HIV/AIDSचा प्रसार कमी करण्यासाठी प्रयत्न करण्यात आले. त्याविषयीची शास्त्रीय माहिती आणि गैरसमजातून होणारे परिणाम याविषयी जागृती करण्यात आली. खुंटी जिल्ह्यातील ७७ खेड्यांपर्यंत हा प्रकल्प पोहोचला आहे. निरनिराळ्या माध्यमातून त्यांच्यापर्यंत माहिती पोहोचवली आहे. या कार्यक्रमात विशेष करून 'महिलांचे चार

मूलभूत अधिकार' या माहितीवर भर देण्यात आला.

१. जगण्याचा हक्क २. स्त्री-पुरुष समानता ३. माहिती जाणून घेण्याचा आणि शिक्षणाचा हक्क आणि ४. मूल हवं की नको हे ठरविण्याचा अधिकार.

स्त्री-पुरुष भेद हा सगळीकडे असतोच पण वस्तीपातळीवर तो अधिक प्रमाणात आणि प्रकर्षाने जाणवतो. प्रकल्पाचा मूळ हेतूच स्त्री-पुरुष समानतेविषयी जागृती निर्माण करणे आणि महिलांवर होणारे अत्याचार कमी होण्यासाठी प्रयत्न करणे हा आहे आणि त्याला धरूनच ग्रामीण भागात या संबंधी जाणीव-जागृतीचे कार्यक्रम घेण्यात येतात. कार्यक्रमांतर्गत विषयवार आकडेवारी अशी -

	PP/MCH	गर्भपात	HIV/AIDS	पौगंडावस्था
प्रत्यक्ष भेटी	१४४८	१०८०	१०५१	७०८
गटचर्चा	६९६	६१८	३८८	४७९
जाहीर सभा	८८५	१२०५	४४९	५६६
फेरी	१०७			

२००९ सालातील FPAI मुरहू प्रकल्पातील केसेसची आकडेवारी

बाह्यरुग्ण विभाग - आलेल्या केसेस	११८९
SRH आणि कुटुंबनियोजनासाठीच्या केसेस	१३४१
सुरक्षित गर्भपातासाठी आलेल्या आणि केलेल्या	७१
दुसरीकडे रेफर केलेल्या	१९
संसर्गजन्य रोग मुक्ती	२३१
कुटुंबनियोजन	३
समुपदेशन-सल्ला मार्गदर्शन	१५८५

एफपीआयच्या सहभागातून १९ सप्टेंबर २००९ रोजी मनहू-बारटोली येथे तरुणांसाठी फुटबॉलच्या स्पर्धा घेण्यात आल्या. जवळ जवळ १० खेड्यातून ३०० तरुणांचा सहभाग त्यात होता. रेवा, सिलडोन, बारटोली, मनहू, बेलवाडग, अमजोरा, बिरहू, चिरुटोली, दुसरडगा इत्यादी ठिकाणाहून तरुण आले होते. त्यांना सर्वांना

माहिती पत्रके वाटण्यात आली. FPI ची माहिती देण्यात आली. या कार्यक्रमाच्या नियोजनामुळे FPI ची माहिती अधिक लोकांपर्यंत प्रसारित होण्यास मदत झाली.

दिंडीगल शाखा

तामिळनाडूमधल्या दिंडीगुल येथे १९७६ साली स्थापन झालेली फॅमिली प्लॅनिंग असो. ची शाखा ही सर्वात जुनी शाखा आहे. FPA च्या इतर शाखांपेक्षाही अतिशय आत्मीयतेने आणि परिणामकारक कार्य या शाखेमार्फत केले जाते.

संस्थेची स्वत:ची प्रशस्त बिल्डिंग आहे. ४० कॉट्सची तेथे सोय आहे. तसेच स्वागतकक्ष, बाह्य तपासणी विभाग, समुपदेशन केंद्र, ऑपरेशन थिएटर, चिकित्सालय, मुलांसाठी ग्राऊंड अशा विविध सेवा तेथे उपलब्ध आहेत.

तामिळनाडू आरोग्य सेवा प्रकल्प

ज्या निरनिराळ्या भागात सामाजिक संस्थांनी पूर्वी आरोग्यविषयक कार्य केले आहे अशा भागात तामिळनाडू सरकारने सहकार्याने काम करण्याचे ठरविले. आणि अतिशय गरीब आणि ज्यांना कसलीही सुविधा, सेवा, माहिती मिळत नाही अशा लोकांसाठी अशा सामाजिक संस्थानी सरकारबरोबर काम करावे अशी इच्छा व्यक्त केली. FPA चे कार्य चालू असल्यामुळे एकमेकांच्या सहकार्याने हा वैशिष्ट्यपूर्ण आरोग्य सेवा आणि समुपदेशन प्रकल्प सुरू करण्यात आला. लोकसहभाग आणि सरकारी मदतीतून हा प्रकल्प उभारला आहे.

दिंडीगलच्या FPAच्या शाखेने सरकारी रुग्णालयात समुपदेशन केंद्र चालू केले आहे. या केंद्रात व्यक्तीला योग्य तो सल्ला, मार्गदर्शन आणि आवश्यक ती मदत केली जाते. ही समुपदेशन सेवा २४ तास चालू असते. कोणीही गरजू व्यक्ती त्याचा लाभ घेऊ शकतात. त्याला प्रतिसादही चांगला मिळाला आहे. समुपदेशनासाठी आलेल्या केसेस,

व्यथा	पुरुष	स्त्रिया	एकुण
महारोग	११	५	१६
आत्मघाताचे विचार	५	७	१२
डोळ्यांचे आजार	४	१९	२३
मुले	१	८	९
ए.ई. वॉर्ड	–	३	३
इतर	३	५	८

भुवनेश्वर (ओरिसा)

भुवनेश्वर येथील फॅमिली प्लॅनिंग असो. ऑफ इंडियाची शाखा ही मातृसंस्था आहे. मिनिस्टरी ऑफ हेल्थ अँड फॅमिली वेल्फेअर, गव्हर्नमेंट ऑफ इंडिया, आणि NRHM ओरीसा यांनी MNGO स्किम आणि RCHII ला झरसुगुडा आणि देवगर जिल्ह्यात कार्य करण्यास मान्यता दिलेली मदर NGO आहे. त्यांच्या मार्गदर्शना प्रमाणे शाखेने प्रारंभिक काम सुरू केले. कामाची गरज कोठे आहे, काय करण्याची आवश्यकता आहे. त्याप्रमाणे माहिती घेऊन प्रपोजल तयार केले आहे.

असोसिएशनची बंगलोर शाखा

फॅमिली प्लॅनिंग असोसिएशनची बंगलोरची शाखा ही तारुण्यात डोकावू पाहणाऱ्या शाळेतील मुला-मुलींना आणि कॉलेजमधील युवक-युवतींना संतती नियमन आणि सुरक्षित गर्भपात या विषयाचे शास्त्रीय ज्ञान आणि योग्य ती माहिती मिळावी म्हणून जाणीव-जागृतीचे कार्यक्रम घेत असते.

वैज्ञानिक प्रगतीचा एक दुष्परिणाम असा की, गर्भजल परीक्षा करून गर्भ मुलाचा की मुलीचा याचा शोध घेता येतो. आणि अशी परीक्षा करून घेऊन मुलीचा गर्भ असेल तर तो लगेच पाडला जातो. मुलीला जन्मालाच येऊ दिले जात नाही. त्यामुळे जन्माला येणाऱ्या मुलींची संख्या घटत चालली आहे. पुढील काळात त्याचा विपरीत परिणाम होऊ शकतो. आणि म्हणूनच ही शाखा 'मुलीचा गर्भ वाचवा' या विषयावर कार्यक्रम घेते. जानेवारी २००८ मध्ये घेतलेल्या कार्यक्रमात २५० तरुण-तरुणींनी सहभाग घेतला होता. डॉ. पद्मिनी प्रसाद, डॉ. शीला माने या गायनाकॉलॉजिस्टनी आपले विचार मांडले 'गर्ल चाईल्ड डे'च्या निमित्ताने 'मुलीच्या जन्माचे महत्त्व' या विषयावर पेंटिंगची स्पर्धा घेण्यात आली. त्यात ४७ जणांनी सहभाग घेतला. याचा परिणाम अतिशय चांगला झाला. मुलांनी 'मुलींना समानतेनी वागवण्याची, शपथ घेतली. अशा तऱ्हेचे कार्यक्रम शालेय विद्यार्थ्यांसाठी वारंवार घेण्याचे आणि समुपदेशनाद्वारे शंकानिरसन आणि जागृती निर्माण करण्याचे या शाखेचे धोरण आहे.

असोसिएशनची सिंगभूम शाखा

सकारात्मक सामाजिक बदल घडवून आणण्याची FPA सिंगभूम शाखेची मनीषा आहे, त्या दिशेने शाखा प्रयत्नशील आहे.

संस्थेमार्फत मुलांसाठी 'उदय' संगोपन केंद्र चालवले जाते. अडिच ते सहावर्षे या

वयोगटातील ३८ मुलांचा ग्रुप तेथे आहे. त्यांना सहजरीत्या आत्मसात करता येईल असे, वरच्या वर्गासाठी पाया भक्कम करणारे, शिक्षण येथे दिले जाते. त्याचबरोबर त्यांच्या सुयोग्य वाढीसाठी पौष्टिक आहारही दिला जातो. स्वबळावर आणि दानशूर व्यक्तींनी दिलेल्या वस्तू वा आर्थिक मदतीवर या शाखेचे हे केंद्र चालू आहे. या शाखेने २ मुली व १ मुलगा यांना स्पॉन्सर करून त्यांना LKG केरळा पब्लिक स्कूल (इंग्रजी माध्यम) Gamharia येथे प्रवेश मिळवून दिला आहे. त्या शाळेने फीमध्ये सवलत देऊन मोलाचे सहकार्य केले आहे. त्यांचे १२ वी पर्यंतचे शिक्षण त्या शाळेत होणार आहे.

महिलांच्या सर्वांगीण विकासासाठी स्वमदत गटांची स्थापना करण्यात आली आहे. प्रकल्प भागात असे २९ गट तयार झाले आहेत. आर्थिक स्वावलंबनासाठी आणि आत्मनिर्भर बनण्यासाठी महिलांना अशा गटांचा चांगला उपयोग होतो. या महिलांना व्यावसायिक प्रशिक्षणही दिले जाते. शिलाईकाम, भरतकाम, विणकाम, कागदी पिशव्या तयार करणे, मेणबत्त्या बनवणे, उदबत्त्या बनवणे आणि मशरूम सारखे कृषी उत्पादन, इत्यादी विषयांवरील प्रशिक्षणाला महिलांचा प्रतिसादही उत्तम असतो.

निधी संकलनासाठी 'डॉन'सारख्या चित्रपटांचे नियोजन तसेच मेळा भरवून वस्तूंची विक्री, त्यासाठी ब्रोशर तयार करून, त्यात जाहिराती मिळवून निधी उभारला गेला आहे.

असोसिएशनची पंचकुला शाखा

FPAI- पंचकुला शाखेच्या स्थापनेला ५० वर्ष पूर्ण झाली. त्यांनी गोल्डन ज्युबिली साजरी केली. आरोग्यविषयक कार्य हे त्यांचे मुख्य धोरण आहे. गोल्डनज्युबिली समारंभांतर्गत शालेय विद्यार्थ्यांची आरोग्य तपासणी करण्यात आली. दंतरोग चिकित्सेसंदर्भात ५ ते १३ या वयोगटातील ३४० मुलांची तपासणी करण्यात आली. त्यातल्या ३१५ मुलांना प्रॉब्लेम आहे असे आढळून आले. मुलांच्या डोळ्यांचीही तपासणी करण्यात आली. काही सांस्कृतिक कार्यक्रमही साजरे केले गेले.

Homosexuals चा स्वमदत गट भारतात प्रथमच MSM प्रकल्पाखाली तयार करण्यात आला. हा ग्रुप आर्टिफिशल ज्वेलरी तयार करतो. दुसरा ग्रुप फॅन्सी मेणबत्त्या बनवून विक्री करतो.

२००२ पासून 'चाईल्ड प्रोजेक्ट' ही चालू आहे. त्याचप्रमाणे महिलांसाठी सक्षमीकरणाचे कार्यही चालू आहे. महिलांना शिवणकाम, पेंटिंग, ब्युटीपार्लर ट्रेनिंग, सॉफ्ट टॉईज बनविणे, ज्वेलरी बनविणे इत्यादीचे प्रशिक्षण दिले जाते.

मानवाधिकार आणि HIV/AIDS यासंबंधी वर्कशॉप घेण्यात आले. नॅशनल ह्युमन राईट्स कमिशन, न्यू दिल्ली आणि स्टेट एड्स कंट्रोल सोसायटी, चंदिगड यांनी हा प्रोग्रॅम कंडक्ट केला होता. २२ जुलै २००५ रोजी झालेल्या या कार्यक्रमात २१३ मेंबर्सनी सहभाग घेतला होता. यात २२ न्यायसंस्थेतील, ३७ शिक्षक-अध्यापक, ३० डॉक्टर्स, ११ शिक्षणतज्ज्ञ, ४५ सामाजिक संस्थांचे प्रतिनिधी, १३ प्रसारमाध्यमातील, २० वकील आणि २५ इतर असे विविध क्षेत्रातील मान्यवर उपस्थित होते. या वर्कशॉपच्या शेवटी HIV/AIDS संदर्भातील A call for Action हा ठराव एकमताने पास करण्यात आला.

हैद्राबाद शाखा

हैद्राबाद- FPAI या शाखेने १० ऑगस्ट २००२ रोजी गोल्डन ज्युबिली वर्ष साजरे केले. त्यावेळी प्रामुख्याने डॉक्टर आणि आरोग्य सेवा देणाऱ्यांसाठी एक सेमिनार घेण्यात आला. लैंगिकता आणि जननक्षमता याविषयीची माहिती प्रदर्शनाद्वारे जनसामान्यांपर्यंत पोहोचविण्यात आली. कमकुवत आणि दुर्लक्षित गटांसाठी आरोग्य तपासणी शिबिर घेण्यात आले. त्याचा लाभ ग्रामीण व शहरी भागातील ४४७ लोकांनी घेतला.

हैद्राबाद शाखेचा एक अभिनव उपक्रम म्हणजे त्यांचे जोगिणींसाठी चालू असलेले कार्य. जोगिणी लग्न करू शकत नाहीत. त्या देवाला वाहिलेल्या असतात अशी पूर्वपरंपरा आहे. अशा १४ मुलींचा गट तयार करून त्या गटाला 'आशाज्योती गट' असे नाव देण्यात आले आहे. या गटात फक्त १४ जणी असल्या तरी त्यांच्यासाठी जेव्हा काही कार्यक्रम घेतले जातात ते खुले कार्यक्रम असतात. त्यावेळी इतर जोगिणीही या कार्यक्रमांना आवर्जून हजर असतात.

या महिलांना खडू, फिनेल, मेणबत्त्या बनवणे, साबण बनवणे इत्यादी विषयांवरील प्रशिक्षण दिले जाते. त्याचबरोबर त्याची विक्री कशापद्धतीने करावी याचे ज्ञानही दिले जाते.

आरोग्य सेविकेचे प्रशिक्षणही इथे दिले जाते. त्यांच्या पायावर त्यांना समर्थपणे आणि आत्मविश्वासाने उभे राहाण्यासाठी अशा प्रशिक्षणाचा चांगला फायदा होतो. अशा तऱ्हेने १८७ महिलांचे पुनर्वसन करण्यात संस्थेला यश आले आहे.

परिशिष्ट ७
इंटरनॅशनल प्लॅन्ड पेरेंटहूड फेडरेशन

फेडरेशनची स्थापना २९ नोव्हेंबर १९५२ रोजी मुंबईत झाली. प्रारंभी आठ देशाच्या कुटुंबनियोजन स्वयंसेवी संस्था फेडरेशनच्या संस्थापक सदस्या होत्या. ते देश होते अमेरिका, ब्रिटन, स्वीडन, जर्मनी, भारत, हाँगकाँग, नेदरलँड, सिंगापूर. आता १८० देशांमधील संस्था फेडरेशनच्या सदस्या आहेत. फेडरेशनचे सहा विभाग आहेत. अमेरिका, अरब जगत, युरोप, दक्षिणअशिया, पूर्व,अग्नेय अशिया व ओशनिया आणि पश्चिम गोलार्ध. फेडरेशनचे मुख्य कार्यालय लंडन येथे आहे आणि दक्षिण आशिया विभागाचे कार्यालय आहे नवी दिल्लीत. फेडरेशन मार्फत सदस्य देशामधील संस्थांना आर्थिक, तांत्रिक व अन्य प्रकारचे साहाय्य मिळते. असोसिएशनच्या अध्यक्ष श्रीमती धनवंती रामाराव, श्रीमती आवाबाई वाडिया यांनी अनुक्रमे ३ व ६ वर्षे फेडरेशनच्या अध्यक्ष म्हणून धुरा सांभाळली होती.

असोसिएशनची नियतकालिके

'अस्पायर' हे अर्धवार्षिक असोसिएशनच्या सर्व पातळ्यांवरील पार पडलेल्या कार्यक्रमांची माहिती देत असते. हे नियतकालिक अनेक शाखांमार्फत हाती घेतलेल्या उपक्रमांची थोडक्यात नोंद घेणारे वृत्त देत असते.

मेडपल्स – वैद्यकीय प्रश्नांसंबंधी माहिती देणारे वार्तापत्र आहे. असोसिएशनच्या शाखांमध्ये काम करण्याच्या डॉक्टरांना अद्ययावत माहिती, घटना, घडामोडींसंबंधी वृत्त हे वार्तापत्र देते.

गुंज – हे हिंदीभाषी वार्तापत्र स्वयंसेवी संस्थांना लैंगिक व प्रजनन विषयक अद्ययावत ज्ञान, माहिती देत असते. ह्या शिवाय प्रकल्प व्यवस्थापनासंबंधी व्यावहारिक व नेमक्या सूचनाही हे वार्तापत्र देते. ह्या नियमित प्रकाशनांशिवाय 'धोरण माहिती

दर्शक' पुस्तिका प्रसिद्ध होते. ह्या पुस्तिकेत HIV/AIDS, सुरक्षित गर्भपात, पुरुष आणि लैंगिक व प्रजनन आरोग्य, तरुणांबरोबर काम करताना आणि लैंगिक छळणूक-ज्ञान-व्यवस्थापन आणि HIV/AIDS संबंधी धोरणे, संबंधी माहिती असते.

The Journal of Family Welfare -(Personal, Marital and Sociological) असोसिएशनने १९५४ मध्ये सुरू केलेले हे त्रैमासिक भारतात व भारताबाहेर मान्यता पावलेले आहे. ह्या नियतकालिकाचे संपादकत्व भूषविले होते-श्री. ए. पी.पिल्ले, प्रमुख संपादक १९५४ ते मार्च १९५६, श्रीमती आवाबाई वाडिया एप्रिल १९५८ ते डिसेंबर १९९८, श्रीमती ज्योती मुडबिद्र एप्रिल १९९९ ते एप्रिल २००१ श्रीमती मुडबिद्र यांनी व्यवस्थापकीय संपादक म्हणून अनेक वर्षे नियतकालिकाची जबाबदारी यशस्वीरीत्या पार पाडली. श्रीमती विमला नाडकर्णी ऑक्टोबर २००१च्या संपादक होत्या, २००२ पासून असोसिएशनचे अध्यक्ष प्रमुख संपादक व महासचिव संपादक होते आणि जून २००५ पासून श्रीमती आरमिन जमशेटजी-नियोगी व्यवस्थापकीय संपादक म्हणून काम पाहातात. गेली काही वर्षे हे नियतकालिक अर्धवार्षिक स्वरूपात प्रकाशित होत आहे.

जर्नलचे विशेषांक

१. सप्टेंबर १९९२ -	आरपीपीएफ ची ४० वर्षे
२. डिसेंबर १९९३ -	विशेष पुरवणी "Attitudes and Perceptions of Urban Educated youth to Marriage and Sex"
३. जून १९९७ -	'सुरक्षित मातृत्व'
४. २००२ विशेषांक -	असोसिएशन स्टाफचे लेख
५. २००४	सुवर्णमहोत्सव विशेषांक (सुवर्णमहोत्सवी वर्ष)
६ २००६	श्रीमती आवाबाई बी. वाडिया स्मृती विशेषांक.

परिशिष्ट ८

हीरकमहोत्सवी वर्षात शाखांनी पार पाडलेले कार्यक्रम

(२००९)

१. आंतरराष्ट्रीय महिला दिन (८ मार्च)

'घरगुती हिंसेसंबंधी अनुभवांची देवघेव' या विषयी हैद्राबाद शाखेने आयोजिलेल्या कार्यक्रमात ३० स्वयंसाहाय्यता गटांचे सदस्य व अंगणवाडी सेविकांनी सहभाग दिला. बेल्लारी शाखेने दोन कार्यक्रम पार पाडले. श्री बसवेश्वर कलासंघासमवेत युवा माहिती केंद्राचे उद्घाटन झाले. दुसरा कार्यक्रम होता विमुक्ती एचआयव्ही/एड्स प्रतिबंधक सोसायटी, जिल्हा कायदा एड्स समिती आणि बेल्लारी जिल्हा वकील असोसिएशन ह्यांच्या संयुक्तविद्यमाने वेश्या व्यावसायिकांसाठी मोफत कायदा साहाय्य. यामध्ये १५० हून अधिक महिला सहभागी झाल्या होत्या. मुंबई शाखेच्या तीन केंद्रांनी- कुटुंब सुधार केंद्र, परिवार स्वास्थ्य केंद्र आणि कुटुंबनियोजन आदर्श केंद्र तीन कार्यक्रम आयोजिले. 'महिलांचा दर्जा व कुटुंबात, समाजात महिलांची महत्त्वाची भूमिका, यासंबंधी विस्ताराने माहिती, प्रबोधन करण्यात आले. बंगलोर शाखा व फॉग्सीची सुरक्षित मातृत्व समिती, ह्यांनी संयुक्तपणे आयोजिलेल्या कार्यक्रमात महिलांचे सबलीकरण, महिलांचे लैंगिक व प्रजनन हक्क यासंबंधी माहिती देऊन जाणीव जागृतीचा प्रयत्न झाला.

श्रीनगर प्रकल्पाने आयोजिलेल्या सभेत मुलींच्या शिक्षणाचे महत्त्व, विवाहाचे कायदेशीर वय आणि स्त्री-पुरुष भेदभाव व निवडक गर्भपाताचे परिणाम यासंबंधी सांगोपांग माहिती देण्यात आली. प्रादेशिक, तांत्रिक केंद्राने (भोपाळ) हा दिवस पाळला. बहुविध युवा मैत्रीकेंद्र - जिग्यासा व लेप्रा सोसायटीच्या साहाय्याने युवा स्वयंसेवकांच्या व महिला नेतृत्वाने, जिग्यासाने एक मेळावा आयोजित केला. महिलांचे सबलीकरणासंबंधी संदेश देणारा आणि 'महिला व मुलींविरुद्ध हिंसा थांबविण्यासाठी स्त्री-पुरुषांचे ऐक्य' असे प्रबोधन-नाट्य सादर करण्यात आले.

भेदभावाविरुद्ध लढ्यासाठी एक स्वतंत्र मोहीम आयोजित करण्यात आली. सार्वजनिक सभेत महिला सबलीकरणाचा संदेश प्रसारासाठी सहभागी श्रोत्यांनी शपथ घेतली व आपल्या भारतातील महिलांवरील हिंसाचार नियंत्रणाविषयी चर्चा करण्यात आली.

२. 'साक' बालिका दिन

भोपाळच्या केंद्राने २४ सप्टेंबर रोजी यूएनएफपीएच्या साहाय्याने एक कार्यक्रम आयोजिला. सात शाळांतील मुले व मुली कार्यक्रमात सहभागी झाले. मुलींची माहितीपातळी उंचावण्यासाठी व त्यांच्यामधील कलागुणांना वाव देण्यासाठी स्पर्धा आयोजिल्या. बंगलोर शाखा व फॉग्सीची 'सुरक्षित मातृत्व समिती' ह्यांच्या संयुक्त विद्यमाने १ जुलै बालिकादिनी 'बालिका महिमा' विषयी चित्रकला स्पर्धा आयोजित करण्यात आली.

३. आंतरराष्ट्रीय युवादिन

'शाश्वती – आपले आव्हान आपले भविष्य' ह्या विषयी यूएनपीएच्या साहाय्याने इंग्लिश व स्थानिक भाषेत पत्रके तयार करण्यात आली व सर्व स्वयंसेवी संस्था व प्रसार माध्यम कार्यालयांना (भोपाळ)देण्यात आली. सांस्कृतिक कार्यक्रम, नुक्कडनाट्य सादर करण्यात आले.

४. सुरक्षित मातृत्व दिन

११ एप्रिल हा दिवस बहुसंख्य शाखांनी पाळला. प्रसूतीपूर्व व प्रसूतीउत्तर प्रतिबंधक उपाय-उपचार, गरोदरपणातील पोषण व आहार व सर्वसामान्य आरोग्य यासंबंधी प्रबोधन असे कार्यक्रम आयोजित करण्यात आले. काही शाखांनी तातडीच्या कुटुंबनियोजन साधनांसंबधी महिलांना माहिती देणारे कार्यक्रम पार पाडले.

५ जागतिक आरोग्य दिन

हैद्राबाद शाखेने - 'युवा आरोग्य अभिवृद्धी केंद्रा'चे उद्घाटन ह्या दिवशी झाल्याने रसूदपुरा झोपडपट्टीतील युवानेत्यांचे स्वप्न पूर्ण झाले. झोपडपट्टीत व्यायामशाळा व त्यासाठी इतर सुविधा देण्यासंबंधी युवा नेत्यांनी शाखेला विनंती केली होती. शाखेने त्यांची विनंती मान्य करून व्यायामशाळेसाठी देणगीरूपाने साहित्य साधने दिली व लैंगिक प्रजनन सल्ला सेवा देणारे युवा मैत्री केंद्र सुरू केले. झोपडपट्टीत युवा नेत्यांनी

मोफत जागा मिळविली व सुरक्षित, निरोगी वातावरण निर्मितीसाठी प्रयत्न करण्याचे शाखेस आश्वासन दिले.

समाजातील, समुदायातील आरोग्य सेवक व निमवैद्यकीय कर्मचाऱ्यांसाठी एक कार्यक्रम **बंगलोर शाखेने** आयोजित केला. तातडीच्या वेळी व संकटकाळी आरोग्य सेवा-सुविधांमध्ये बदल घडविण्यासाठी माहिती देऊन रोग्यांचे जीवन सुधारण्यासाठी व त्रस्त, ग्रस्त जनसमुहास साहाय्य कसे करावे ह्याचे मार्गदर्शन या कार्यक्रमात केले. भारत सरकारचे क्षेत्रीय प्रसिद्धी खाते व जगदंबा एम.एस.डब्ल्यू महाविद्यालय ह्यांच्या संयुक्त विद्यमाने 'जीव वाचवा, तातडीच्या वेळी जीव वाचविण्यासाठी हॉस्पिटल साहाय्य घ्या' ह्या विषयासंबंधी प्रबोधन कार्यक्रम **विजापूर शाखेने** आयोजित केला.

६. विश्व लोकसंख्या दिन

११ जुलै विश्व लोकसंख्या दिनाचा विषय होता दारिद्र्याविरुद्ध लढा : शिकवा मुलींना. दिल्ली, कोलकत्ता आणि शिमोगा ह्या शाखांनी हा दिवस पाळला.

हैद्राबाद शाखेने शालेय विद्यार्थ्यांसाठी निबंध स्पर्धा व आरोग्य तपासणी शिबिर आयोजित केले. यमुनानगर शाखेने (हरयाणा) 'आपल्या मुलींना शाळेत पाठवा' ह्या संदेश प्रसारासाठी एक आठवडाभर मोहीम चालविली. त्रिवेंद्रम, अहमदाबाद आणि नागालँड शाखांनी कुमारवयीन मुलींसाठी कार्यक्रम आयोजित केले. अनेक शाळा व महाविद्यालये ह्यांच्या साहाय्याने सोलापूर, मदुराई, कालचिनी आणि इंदुर ह्या शाखांनी मेळावे आयोजित केले. **म्हैसूर शाखेने** महाविद्यालयात 'मुलींच्या शिक्षणाचे महत्त्व' ह्या विषयासंबंधी कार्यक्रम आयोजिला. बंगलोर व बेळगाव ह्या शाखांनी शासकीय अधिकारी स्वयंसेवी संस्थांचे प्रतिनिधी, इनर व्हील, लायन्स क्लब, रोटरी क्लब व उद्योग क्षेत्रातील प्रतिनिधी ह्यांना एका कार्यक्रमात सहभागी करून घेतले.

पंचकुल (पंजाब)– निलगिरी शाखांनी प्रबोधन– जाणीव-जागृती निर्मितीसाठी कार्यक्रम व चित्रकला स्पर्धा आयोजित केली. चेन्नइ, रायचूर, विजापूर, आग्रा, बेल्लारी, भुवनेश्वर, दिंडीगल, जबलपूर, मोहाली (कुमठा) शाखांनी शाळा, महाविद्यालयातील विद्यार्थी व स्थानिक जनतेसाठी कार्यक्रम आयोजित केले. विभागीय प्रशिक्षण केंद्राने 'संयुक्त राष्ट्र लोकसंख्या निधी– मध्यप्रदेश' ह्यांच्या सहकार्याने नुक्कडनाटक, सार्वजनिक सभा आणि शाळेतील मुलांसाठी चित्रकला स्पर्धा आयोजित केली. आकाशवाणी कार्यक्रमांतून ह्या प्रश्नासंबंधी जाणीव जागृतीचे प्रयत्न झाले.

७. विश्व पर्यावरण दिन

विभागिय प्रशिक्षण केंद्र (भोपाळ)ने एका खेड्यात 'प्रदूषण मुक्त पर्यावरणासाठी वृक्षांची भूमिका' ह्या विषयावर क्रॉम्पटन ग्रीव्हज लि.च्या साहाय्याने एक नुक्कड-नाटक सादर केले. मुलांसाठी चित्रकला स्पर्धा आयोजित करण्यात आली.

८. विश्व एड्स दिन

रायचूर, शिमोगा, भुवनेश्वर, इंदूर, मोहाली, अहमदाबाद, बेल्लारी, बेंगळुर, विजापूर, श्रीनगर, कोलकत्ता आणि दिंडीगल शाखांनी मेळावे, चर्चासत्रे, वैद्यकीय शिबिरे प्रबोधन इत्यादी कार्यक्रम आयोजित केले होते.

परिशिष्ट ९
अर्धशतकाची सुवर्णसेवा

२३ जुलै १९९९ रोजी असोसिएशनच्या स्थापनेस ५० वर्षे पूर्ण झाली. १९४९ मध्ये ह्याच दिवशी 'फॅमिली प्लॅनिंग असोसिएशन ऑफ इंडिया' या स्वयंसेवी संस्थेची मुंबई ही जन्मभूमी झाली आणि अवघ्या अर्धशतकात ही संस्था भारताच्या २० राज्यात ४१ शाखा व २ क्षेत्र प्रकल्प, २१ एकात्मिक ग्रामीण प्रकल्पांद्वारे पोहोचली. त्यामुळे असोसिएशन ही देशातील राष्ट्रीय पातळीवर कुटुंबनियोजन कार्य करणारी पहिली स्वयंसेवी संस्था म्हणून मान्यता पावली आहे. मुंबईत २३ जुलै १९९९ रोजी असोसिएशनचे पदाधिकारी, स्वयंसेवी कार्यकर्ते, विविध खात्यांचे संचालक, साहाय्यक, कर्मचारी ह्यांनी उत्साहात, आनंदात, जल्लोषपूर्ण वातावरणात सुवर्णमहोत्सवी कार्यक्रमाचा शुभारंभ केला. दीप प्रज्वलनाने कार्यक्रमाची सुरुवात झाली. ह्या प्रसंगी बोलताना असोसिएशनच्या अध्यक्ष डॉ. श्रीमती नीना पुरी ह्यांनी संस्थापक श्रीमती धनवंती रामाराव व सन्माननीय अध्यक्ष/आश्रयदात्या श्रीमती आवाबाई वाडिया ह्यांच्या प्रवर्तकीय कामगिरीचा कृतज्ञतापूर्वक गौरवपूर्ण आढावा घेतला.

पुरस्कार– पारितोषिकांद्वारा सन्मान

चेन्नई शाखेचे क्रियाशील सदस्य प्रो. डॉ. डी. नारायण रेड्डी यांची वर्ल्ड असोसिएशन फॉर सेक्स्युअल हेल्थ सुवर्ण पदक २००७ चे मानकरी म्हणून निवड झाली. असोसिएशनचे पदक सर्वोच्च मान्यता म्हणून गणले जाते.

जयपूर शाखेने स्त्रीगर्भ हत्या विरोधी आयोजित केलेल्या राजस्थानमधील मोहिमा अनेक प्रकारे विजयी ठरल्या आहेत. शाखेचे अध्यक्ष प्रो. आर.के. सहानी ह्यांचा १५ ऑगस्ट २००६ रोजी जिल्हा पातळीवरील एका समारंभात सन्मान करण्यात आला. राजस्थानचे गृहमंत्री श्री. गुलाबचंद कटारिया ह्यांचे हस्ते प्रो. सहानी ह्यांना प्रशस्तीपत्र देण्यात आले.

ग्वाल्हेर शाखेच्या वैद्यकीय व सामाजिक क्षेत्रातील उल्लेखनीय कामगिरीबद्दल १ जुलै २००७ रोजी (डॉक्टर दिन) शाखेच्या अध्यक्ष डॉ. मीरा रावर ह्यांना इंडियन मेडीकल असोसिएशनतर्फे ग्वाल्हेर विभागीय आयुक्त श्री. कोमल सिंग ह्यांच्या हस्ते प्रशस्तीपत्र व स्मृतीचिन्ह प्रदान करण्यात आले.

प्रजनन व लैंगिक स्वास्थ्य क्षेत्रातील उत्कृष्ट कामगिरीबद्दल डॉ. उषा कृष्णा ह्यांना 'डॉ. व्ही.व्ही. पुरी स्मृती' पारितोषिक असोसिएशनचे अध्यक्ष डॉ. एम.एन.तावरगेरी ह्यांचे हस्ते प्रदान करण्यात आले. ह्या प्रसंगी मुंबई विद्यापीठाच्या माजी कुलगुरू डॉ. स्नेहलता देशमुख ह्यांचे 'परिवर्तनाचे साधन : स्त्रिया' ह्या विषयावर मुख्य भाषण झाले. 'वीमेन, वेल्थ अँड विस्डम' ह्या तीन डब्ल्यूची भारतात मुळीच वाण नाही. ह्या तीनहीच्या डॉ. उषा कृष्णा प्रतीक आहेत असे गौरवाद्गार डॉ. देशमुख ह्यांनी आपल्या भाषणात काढले.

नागालँड शाखेने शाळा सोडलेल्या मुला-मुलींसाठी ड्रॉप इन सेंटरमध्ये एक स्पर्धा आयोजित केली. ११ तरुणांनी त्यात भाग घेतला. त्यापैकी एक युवती होती. जनसामान्यांमध्ये एचआयव्ही/एड्स संबंधी संवेदनशील जागृती व्हावी म्हणून अनेक छोट्या सभा आयोजित करण्यात आल्या. उपस्थित श्रोत्यांसमोर एचआयव्ही/एड्स बाधितांनी आपले अनुभव मोकळेपणे मांडले.

बेळगाव शाखेने ग्रामपंचायत सदस्यांसाठी एचआयव्ही/एड्स संबंधी एक प्रबोधन, प्रशिक्षण कार्यक्रम आयोजित केला. लैंगिक प्रजनन गरजांसंबंधी व एड्ससंबंधीचे गैरसमज शंका दूर करण्यासंबंधी सदस्यांना माहिति देण्यात आली.

निरोध वाटप सोयीचे व निश्चितपणे व्हावे म्हणून **बेल्लारी शाखेने** जनसमूहाधारित नऊ वाटप केंद्रे सुरू केली. एका खेड्यातील युवक मंडळातर्फे एक केंद्र चालविले जाते. युवक मंडळाचे सदस्य बाजारभागात व बसथांब्याजवळ निरोध पेट्या ठेवतात. निरोध पुरवठा अखंडीत व्हावा ह्यासंबंधी युवक मंडळे विशेष प्रयत्न करतात. एचआयव्ही/एड्ससंबंधी प्रबोधनाचे अनेक कार्यक्रम शाखेने आयोजित केले.

लखनौ शाखेने कॉन्फेडरेशन ऑफ इंडियन इंडस्ट्रिजच्या लखनौ चॅप्टरशी सहभागी संबंध प्रस्थापित करून एचआयव्ही/एड्स लैंगिक प्रजनन आरोग्यासंबंधी शिक्षण/प्रशिक्षण कार्यक्रम आयोजित केले.

गोंदिया शाखेने (झारखंड) लैंगिक प्रजनन आरोग्यासंबंधी संवेदनशीलता वाढविण्यासाठी प्रबोधन-प्रशिक्षण कार्यक्रम आयोजित केले.

अहमदाबाद शाखेने लार्सन-टुब्रो कर्मचारीवर्गाच्या साहाय्याने तरुण मुलींसाठी

एचआयव्ही/एड्ससंबंधी प्रबोधन, प्रशिक्षण कार्यक्रम आयोजित केला. २५० युवतींनी ह्या कार्यक्रमात सहभाग घेऊन माहिती घेतली.

प्रामुख्याने वेश्या, स्थलांतरीत मजूर आणि ट्रक-ड्रायव्हर्ससाठी **इंदूर शाखेने** प्रबोधन,प्रशिक्षण, जाणीवजागृतीचे अनेक कार्यक्रम आयोजित केले. धोकामुक्त वर्तन टाळण्यासाठी प्रतिबंधात्मक उपाय, निरोधचा वापर यासंबंधी माहिती देण्यात आली.

सिंगभूम शाखेने (झारखंड) महत्त्वाचे संदेश, नेमकी माहिती कशी देता येईल या विषयी पथनाट्ये सादर केली.

इंडियन ऑईल कॉर्पोरेशन, विजरंगी ऑटो लँड ह्यांच्या साहाय्याने एचआयव्ही/ एड्स, प्रजनन आरोग्यासंबंधी अनेक जाणीवजागृती, प्रबोधन कार्यक्रम **विजापूर शाखेने** आयोजित केले.

कोलकता शाखेने एचआयव्ही बाधित व त्यांच्याबरोबर राहाण्यासाठी केंद्रामध्ये साहाय्य गट चर्चांचा कार्यक्रम आयोजित केले. घरी घ्यावयाची काळजी, पोषणयुक्त आहार व स्वच्छता यासंबंधी माहिती देण्यात आली. ह्या कार्यक्रमांमुळे अनुभवांची देवघेव करता आली व त्यामुळे सकारात्मक जीवन जगण्याची त्यांची उमेद वाढण्यास साहाय्य झाले.

परिशिष्ट १०
कार्याविषयी लाभार्थींची- कृतज्ञता

आग्रा येथे राहाणाऱ्या रझियाचं १८व्या वर्षी लग्न झालं. लग्नाला जेमतेम तीन महिने झाले नाहीत तर सासरच्या माणसांनी तिला त्रास द्यायला सुरुवात केली. रझियाच्या माहेरचे लोक त्यांची पैशाची मागणी पूर्ण करू शकत नव्हते. माहेराहून पैसे मिळत नाहीत म्हणून तिचा छळ सुरू झाला. त्या दरम्यान तिला दिवस गेले. तरीही छळ चालूच होता. बाहेरील एका बाईशी तिच्या नवऱ्याचे संबंधही होते. या सर्व गोष्टी रझियाला सहन करणे अशक्य होत होतं. पण पोटात वाढणारं बाळ घेऊन जाणार तरी कुठे या विचाराने आपल्या कमनशिबाला दोष देत होती. हतबल झाली होती. या काळातच तिला FPA च्या कम्युनिटी रिसोर्स सेंटरची माहिती समजली. रझियाने त्यांची मदत घेतली आणि नवऱ्याविरुद्ध कोर्टात दावा लावला. दरमहा २४००/- पोटगी मंजूरही झाली. कोर्टाचा निकाल लागूनही नवऱ्याने पोटगीची रक्कम दिली नाही म्हणून रझिया पुन्हा जज्जना जाऊन भेटली. जज्जनी सुपरिटेंडेंट ऑफ पोलिसनी तिच्या नवऱ्यावर त्वरित ॲक्शन घ्यावी अशी ऑर्डर काढली. केवळ FPA च्या सहकार्य आणि मार्गदर्शनामुळे स्वत:च्या हक्कासाठी लढण्याचे बल तिला मिळाले. आर्थिक दृष्ट्या स्वावलंबी होण्याचे प्रशिक्षणही तिला FPA मुळे मिळाले. रझियाच्या विचारसरणीतही FPAच्या मार्गदर्शनामुळे अमूलाग्र बदल झाला.

भुवनेश्वर (ओरिसा) मधल्या रसुलगृह येथे राहणाऱ्या ३८ वर्षीय गोलपाची कहाणी वेगळीच आहे. नवऱ्याने घटस्फोट दिल्यानंतर ती माहेरी आली पण भावाने तिला घरात ठेवून घेतले नाही म्हणून ती तिच्या विधवा आईसोबत वेगळी राहू लागली. काहीतरी कामधंदा करून ती आईसह कशीतरी गुजराण करीत होती. त्याच काळात FPA इंडिया ब्रँचच्या कार्यकर्त्यांची तिला मदत मिळाली. त्यांच्या सांगण्यावरून ती 'मा मंगला सेल्फ हेल्प ग्रुप'ची ती सभासद झाली. रिप्रॉडक्टीव्ह अँड चाईल्ड हेल्थ

अँड एचआयव्ही/एड्सच्या जाणीव-जागृती आणि प्रशिक्षणाच्या प्रोग्रॅममध्ये भाग घ्यायची संधी तिला मिळाली. मे.मंगला सेल्स ग्रुपला आर्थिक सबलीकरणासाठीच्या प्रोग्रॅमसाठी FPA इंडिया रु.८०००/- कर्जाऊ देत असे त्यातूनच गोलपाने १२ टक्के व्याजाने रु.३००/- कर्ज घेतले व घरगुती खाद्यपदार्थ बनवून घरोघरी विक्री करायला सुरुवात केली. हळूहळू तिचा जम बसत गेला. दारोदार हिंडणं बंद करून तिनं घरातच छोटं दुकान चालू केलं. आता तिचं दुकान व्यवस्थित चालू आहे. कमाई चांगली आहे. आर्थिक दृष्ट्या ती सक्षम झाली आहे. 'आज या परिस्थितीला येण्यासाठी मला FPAचं सहकार्य मिळालं म्हणूनच हे शक्य झालं' असं ती इतर स्त्रियांनाही सांगते. गरजू स्त्रियांना कर्जासाठी ती मदतही करते.

वेस्ट बंगालमधील गणेश लामा हा रोजंदारीवर काम करणारा मजूर. त्याला प्रिया आणि प्रियांका या दोन मुली. या दोघींनी FPA तर्फे चालविल्या जाणाऱ्या टेलरिंग कोर्सला नाव नोंदवली. कोर्स पूर्ण झाल्यावर गणेशने त्यांना शिलाई मशिन घेऊन दिले. त्या दोघींनीही आजूबाजूच्या गावातूनही शिलाई काम मिळवून चांगला जम बसवला. चांगली कमाई करू लागल्या. त्या अतिशय आनंदी आणि समाधानी होत्या. केवळ FPA च्या प्रशिक्षणामुळे हे शक्य झालं असं त्या मानतात आणि त्याचं महत्त्व इतर मुलींनाही पटवून देतात.

ही गोष्ट आहे **कर्नाटकातल्या बिदर** या गावात अगदी गरीब कुटुंबात जन्मलेल्या इशरतची. इशरतला पाच बहिणी आणि एक भाऊ. इशरत ही नंबर दोनची मुलगी. इशरतचे वडील एका गॅरेजमध्ये मेकॅनिक म्हणून कामाला होते. मोठ्या कुटुंबाचा गाडा तुटपुंज्या कमाईत ओढणं अवघडच होतं. इशरत अभ्यासात हुषार असूनही परिस्थितीमुळे तिला शिक्षण घेता येत नव्हतं. एके दिवशी 'मुस्लीम डेव्हलपमेंट प्रोजेक्ट'ची माहिती - जो FPA बिदर ब्रँचतर्फे चालवला जातो - इशरतला मिळाली. कस्तुरबा महिला मंडळात जाऊन तिने चौकशी केली आणि जरदोसी आणि एम्ब्रॉयडरीचे प्रशिक्षणवर्गाला नाव घातले. ट्रेनिंग पूर्ण झाल्यावर तिने स्वतःचा हाच व्यवसाय सुरू केला. लग्न, वाढदिवस अशावेळी तिला खूप मागणी असे. तिच्या कमाईतून कुटुंबालाही हातभार लागत होता. हे केवळ FPA मुळेच शक्य झाले.

बिदर जिल्ह्यातील आयेषा ही मुलगी घरच्या परिस्थितीमुळे पुढील शिक्षण घेऊ शकत नव्हती. त्यामुळे ती निराश असायची. FPA इंडिया आपल्या कम्युनिटीसाठी प्रशिक्षणाचे वर्ग घेते हे समजल्यावर तिला अतिशय आनंद झाला आणि तिने लगेच कॉम्प्युटर कोर्सला नाव नोंदवले. कॉम्प्युटरचे शिक्षण घेत असलेल्या ३४ मुस्लीम

मुलींबरोबरच तिने डिप्लोमा कोर्स पूर्ण केला. बिदरमधल्या कॉम्प्युटर इन्स्टिटट्युटमध्ये तिला नोकरीही मिळाली. FPAच्या सहकार्यानेच पुढे जाऊन तिने कम्प्युटर खरेदी केला आणि गरीब व गरजू मुलींना – ज्यांना जास्त फी द्यायला परवडणार नाही अशा मुलींना– स्वत: ट्रेनिंग द्यायला सुरुवात केली. त्याचबरोबर FPAच्या आरोग्य, साक्षरता, आपले कायदेशीर हक्क या संदर्भातील जाणीव–जागृतीच्या कार्यक्रमातही ती सहभाग घेऊ लागली. FPAमुळे तिच्या आयुष्याला एक चांगली दिशा मिळाली.

हरिचरणसिंग हा **इंदौर** येथे राहातो. FPAच्या जाणीव–जागृती कार्यक्रमाला तो उपस्थित राहिला. या कार्यक्रमात झालेल्या प्रबोधनामुळे आणि चर्चेमुळे त्याच्या मानसिकतेत आणि विचारसरणीत खूप बदल झाला. मुलामुलीत केले जाणारे भेदभाव, जन्मदरात घटत जाणारे मुलींचे प्रमाण, त्याचे समाजावर होणारे वाईट परिणाम यांची जाणीव झाली. या पारंपरिक आणि अनिष्ट प्रथा बदलण्याची जबाबदारी पुरुषांचीही आहे हे त्याला पटले आणि काही गोष्टी आपणही कृतीतून दाखवून देऊ शकतो हे त्याने ठरविले. त्याला स्वत:ला एक मुलगी होती तरीही त्याने मुलाची आशा न धरता कुटुंब छोटेच ठेवण्याचा निर्णय घेतला. त्याच्या पत्नीनेही त्याला उत्तम साथ दिली. हरिचरणने स्वत:चे ऑपरेशन करून घेतले. एकाच मुलीच्या जन्मानंतर असा निर्णय घेण्याचे धाडस आणि आत्मिक बळ FPAमुळे त्याला मिळाले.

FPAने **जयपूरमधल्या** बरखेरा या खेडेगावात पालकांसाठी मीटिंग आयोजित केली होती. त्या मीटिंगमध्ये मुलींच्या शिक्षणाच्या बाबतीतला पालकांचा नकारात्मक दृष्टिकोन प्रकर्षाने दिसून आला. मुलींना शिकवून काय करायचंय, शेवटी त्यांना घरकामच करायचं आहे, तिच्या शिक्षणावर खर्च करून काय उपयोग, ती सासरीच जाणार तो पैसा वायाच जाणार अशा विचारसरणीमुळे त्या गावातीलच १४ वर्षांच्या गीताचे शिक्षण थांबवण्यात आले होते. गीताला शिक्षणाची आवड होती, इच्छा होती पण शिकायला मिळत नव्हते. FPAच्या कार्यकर्त्यांनी तिच्या घरच्या लोकांबरोबर अनेकवेळा चर्चा केली. गीताच्या शिक्षणाचे महत्त्व पटवून दिले. शेवटी FPAला प्रयत्नात यश मिळाले आणि गीताने बोर्डाच्या परीक्षेची तयारी केली. मुलींना शिक्षण मिळालेच पाहिजे असं नुसतं म्हणत न बसता FPAने प्रत्यक्ष कृती करून, मुलींच्या शिक्षणासंबंधी पालकांमध्ये जाणीव निर्माण करून मुलींना शिक्षणासाठी मदत आणि प्रोत्साहन देण्याचे भरीव कार्य केले आहे.

भोपाळमधल्या कृष्णानगर येथे राहाणारी प्रेमा. तिचं वय ३५ होतं. तिला २ मुली होत्या आणि तिसऱ्यांदा ती प्रेग्नंट होती. पहिल्या दोन्ही मुलीच असल्यामुळे तिच्या घरच्यांना आणि तिला स्वत:लाही गर्भजल लिंग परीक्षा करून घ्यावी आणि

मुलीचा गर्भ असेल तर वाढवायलाच नको असं वाटत होतं. त्याचवेळी FPAने गर्लचाईल्ड प्रोजेक्ट हाती घेतला होता. त्या कार्यक्रमाला प्रेमा हजर राहिली. त्या कार्यक्रमात तिला PNDT ACT संबंधी माहिती समजली. गर्भजल परीक्षा करून मुलीचा गर्भ पाडून टाकणं हा गुन्हा आहे. त्याला शिक्षाही होते. मुलगी असली तरी तिला जन्माला येण्याचा अधिकार आहे. तिच्या जन्मावरच आघात करणं कसं चूक आहे हे तिला पटलं. जो गर्भ असेल तो तशी परीक्षा करून न घेताच मी त्याला जन्म देईन असा तिने निश्चय केला. घरच्यांनाही ते पटवून दिले. तिला तिसरी मुलगी झाली पण आता तिला त्याचे वाईटही वाटत नाही आणि पश्चात्तापही होत नाही. हा वैचारिक बदल FPAमुळे झाला. लिंगभेद-भावाचा प्रश्न महत्त्वाचा मानून त्यावर काम करण्यास FPAने नेहमीच प्राधान्य दिले आहे. त्यासाठी मुली आणि स्त्रिया यांच्याशी संपर्क साधून जाणीव-जागृती निर्माण केली आहे.

मुलींना शिकवणं अतिशय गरजेचं आहे. त्यांच्या शिक्षणासाठी मदत करणं त्यांना आणि त्यांच्या पालकांना या बाबतीत तयार करण्याचे कार्य FPA करते. **भोपाळ** येथेही FPAने असे अनेक कार्यक्रम आयोजित केले होते. त्याला प्रतिसादही चांगला मिळाला होता. फीडबॅकही चांगला मिळाला. भोपाळ येथे राहाणारी ३२ वर्षांची पुष्पा या कार्यक्रमाला आली होती. तिला २ मुलगे आणि १ मुलगी होती. पण तिच्या दृष्टीने मुलीला खूप काही शिकवण्याची गरज नव्हती. मुलींना शिकवून काय करायचंय अशीच पारंपरिक विचारसरणी होती. पण कार्यक्रमात केले गेलेले प्रबोधन तिची विचारसरणी बदलवून गेले. मुलींच्या शिक्षणाचे महत्त्व तिला मनोमन पटले. ती स्वतःशीच विचार करू लागली. मुलीला आपण शिक्षण द्यायलाच पाहिजे हे तिला पटले. घरच्या लोकांनाही तिने ते पटवून दिले आणि मुलीला अगदी उच्चशिक्षित करण्याचा निर्धार केला.

इंदौरमधल्या मरिमटा भागात प्रीती राहात होती. तिला दोन मुली होत्या. तिसऱ्यावेळी प्रेग्नंट राहिल्यावर तिच्या नवऱ्याने गर्भजल लिंग परीक्षा करून घेण्याचा निर्णय घेतला. त्याने तसे प्रीतीला सांगितले. तिलाही तेव्हा वाटलं की तिसरी मुलगी होण्यापेक्षा तपासणी करून घ्यावी. FPAतर्फे त्या भागात अंगणवाडी चालविली जाते. तेथील शिक्षिका शोभा यांना हे समजले. शोभा त्यांच्या घरी गेल्या आणि त्यांनी दोघांनाही मुलीच्या जन्माचं महत्त्व पटवून दिलं आणि PNDT ACT काय आहे अशी तपासणी करून मुलीचा गर्भ काढून टाकणं हा गुन्हा आहे, त्याला शिक्षा होऊ शकते हेही समजावून दिले. प्रीतीचा नवरा सुरुवातीला तयार नव्हता पण शोभाने

त्याला सातत्याने केलेल्या समुपदेशनामुळे त्याच्याही विचारात बदल झाला आणि जे बाळ जन्माला येईल त्याचा आनंदाने स्वीकार करण्याचा निर्णय दोघांनीही घेतला.

वयात येणाऱ्या मुलामुलींसाठी लैंगिक शिक्षण, समुपदेशन आणि प्रशिक्षणाचे कार्यक्रम FPA इंडिया घेते. अनेक ठिकाणी त्यांच्या शाखा कार्यरत आहेत. लैंगिकता, त्याचे परिणाम, जननक्षमतेची काळजी, त्यातील धोके, नको असलेली आणि लवकर येणारी प्रेग्नंसी यासंबंधी त्यांचे हक्क आणि जबाबदारी याविषयी FPA इंडिया १०-२४ वयोगटातील मुलामुलींना मार्गदर्शन करते. तसेच असुरक्षित लैंगिक संबंधांमुळे होणारे इन्फेक्शन आणि एचआयव्ही संबंधी शास्त्रोक्त पद्धतीने माहिती देण्याचे काम करते. वयात आलेल्या, लग्न न झालेल्या आणि लग्न झालेल्या अशा सर्वच तरुण-तरुणींना या ज्ञानाचा फायदा होतो. **आग्रा** येथील २१ वर्षांच्या बलराजने या मार्गदर्शनपर शिबिरात भाग घेतला. बलराज नंतर म्हणाला की, या विषयावरील सखोल आणि शास्त्रशुद्ध माहिती मला फक्त या शिबिरातच मिळाली. लग्नानंतरचे वैवाहिक जीवन सुखी, समाधानी होण्यासाठी याचा नक्कीच फायदा होईल.

मदुराइमध्ये कला नावाची मुलगी राहात होती. ती फक्त १४ वर्षांची होती. जेमतेम इयत्ता ५वी पर्यंत शिकली होती. तिची आई लवकर वारली आणि वडिलांनी दुसरे लग्न केले. त्यांनी कलाला तिच्या आत्याकडे पाठवून दिले. आत्याकडे राहात असताना तिची एका मुलाशी ओळख झाली. लहान वय, समज कमी अशा अवस्थेत ती होती. त्या मुलाशी मैत्री जमली. मैत्रिचं रूपांतर शारीरिक संबंधांपर्यंत गेलं. तिला लैंगिक संबंधांच्या परिणामांचं काहीच ज्ञान नव्हत. या संबंधांमुळे ती प्रेग्नंट राहिली. तिने ती गोष्ट आत्याला सांगितल्यावर आत्या संतापली आणि तिने तिला घराबाहेर जायला सांगितले. तिच्या त्या मित्रानेही दुष्टपणाने तिचा उपभोग घेऊन सोडून दिले. FPAच्या कार्यकर्तीला जेव्हा हे समजले तेव्हा कलाला घेऊन ती ऑफिसात आली. समुपदेशकांनी तिला संतती नियमानविषयी आणि कोणतीही काळजी न घेता केलेल्या शरीरसंबंधांचे होणारे दुष्परिणाम, गुप्तरोग वगैरे संबंधी माहिती दिली. कलाला याबाबतीत काहीच ज्ञान नव्हते. समुपदेशकांनी तिच्या आत्यालाही कलाच्या बाबतीत अनेक गोष्टी समजावून सांगितल्या. ही प्रेग्नंसी आत्याला आणि कलालाही नको होती. १-२ महिनेच झाले असल्यामुळे अबॉर्शन करता आले. त्या मुलाशी परत संबंध ठेवायचा नाही या अटीवर आत्याने कलाला घरात घेतले. कला आता FPAच्या ग्रुपमध्ये सामील झाली आहे. युवागटाची लीडर बनली आहे. तिच्या आयुष्यातल्या अतिशय नाजूक परिस्थितीत, धोक्याच्या वळणावर FPAचे सहकार्य आणि मार्गदर्शन मिळाल्यामुळे ती आलेल्या संकटातून बचावली आहे.

FPA इंडिया सर्व तऱ्हेचे सामाजिक प्रश्न सोडविण्याचा, त्यासंबंधी जागृती करण्याचा प्रयत्न करत असते. महिलांच्या विविध प्रश्नांपासून ते व्यसनमुक्तीपर्यंत FPA इंडियाचे कार्य निरनिराळ्या माध्यमातून चालते.

चंदिगढमध्ये राहाणारा २२ वर्षांचा अभय पूर्णपणे व्यसनाधीन झाला होता. कुटुंबातल्या लोकांचे तो ऐकत नव्हता. त्याच्या व्यसनाला कंटाळून नाईलाजाने त्यांनी त्याला घराबाहेर हाकलून निले. FPAच्या कार्याबद्दल माहिती असणाऱ्याने त्याला FPAच्या ऑफिसात आणले. FPAच्या समुपदेशकांनी अभयला अनेक गोष्टी समजावून सांगितल्या. त्याच्या कुटुंबातील लोकांशीही चर्चा केली. त्या व्यसनावर मात करण्यासाठी अभयला आणि कुटुंबातील सदस्यांना काय उपाययोजना करता येतील याची माहिती दिली. अभयबरोबर सातत्याने चर्चा करून, इतरांची उदाहरणे देऊन त्यांनी अभयचे मतपरिवर्तन घडवले. अभय हळूहळू व्यसनापासून दूर राहू लागला. त्याची तब्येतही सुधारू लागली. कुटुंबातील व्यक्तींनाही त्याच्यात होणारा चांगला बदल बघून समाधान वाटू लागले. त्यांनीही त्याला जवळ केले. आधार दिला. अभय FPAच्या सर्व कार्यक्रमात उत्साहाने भाग घेऊ लागला. एका ब्रँचचा तो एज्युकेटर बनला आणि HIV/AIDS चे जाणीव-जागृती कार्यक्रम घेऊ लागला. ड्रग्जपासून त्याची सुटका व्हावी म्हणून FPAचे लोक सतत त्याच्या संपर्कात राहात होते आणि त्याच्यात पूर्ण सुधारणा होऊन तोच या कामातला म्होरक्या ठरावा, इतर व्यसनाधीन लोकांना त्यानेच त्यापासून दूर करण्यासाठी कार्य करावे यासाठी त्यांचा प्रयत्न होता. हळूहळू तो साध्यही झाला. आता तो पूर्ण सुधारला आहे. 'FPAच्या सहकार्यामुळेच माझ्या कौटुंबिक आणि सामाजिक आयुष्यात अमूलाग्र बदल घडून आला, सुधारणा झाली' असं अभय आवर्जून सांगतो.

३२ वर्षीय कुमारचा HIV रिपोर्ट पॉझिटिव्ह आल्यामुळे घरचे लोक संतापले आणि त्यांनी त्याला असला घाणेरडा रोगी आमच्या घरात नको म्हणून घराबाहेर हाकलून दिले. FPAची कार्यकर्ती उषाला हे समजलं. तिने कुमारच्या घरच्यांची भेट घेतली. त्यांना HIVबद्दल सर्व माहिती समजावून सांगितली. HIV बद्दल उगीचच असलेले गैरसमज, तो कशामुळे होतो, संसर्गजन्य कसा नाही, काळजी काय घ्यावी इत्यादी गोष्टी सांगितल्या. अशावेळी घरच्यांनीच कुमारची अधिक काळजी घ्यायला हवी हेही समजावून दिले. थोड्याच दिवसात तिने HIV संदर्भातील जाणीव-जागृतीसाठी जाहीर कार्यक्रम आयोजित केला. त्याला मोठ्या संख्येने लोकांचा प्रतिसाद मिळाला. ह्या कार्यक्रमात HIVबद्दल पूर्ण माहिती देण्यात आली. ही

माहिती ऐकून लोकांचे गैरसमज दूर होण्यास मदत झाली. ज्यांनी आपल्या घरातील अशा व्यक्तींना घराबाहेर काढलं होतं त्यांनी त्यांना परत घरात घेतलं. चांगली ट्रिटमेंट चालू केली. FPA ने घेतलेल्या कार्यक्रमामुळेच हे शक्य झाले.

विलास आणि सुलुबाई या जोडप्याला एक मुलगा होता. विलास हा सतत आजारी पडू लागला म्हणून त्याला **औंध जनरल हॉस्पिटल, पुणे** येथे दाखल करण्यात आले. टेस्टमध्ये त्याला AIDS झाल्याचे निष्पन्न झाले. त्याचा मृत्यू जवळ आलाय हे घरच्यांनाही समजले. सुलुबाई हे कोणाला सांगत नव्हती. तिला समाजाची भीती वाटत होती. नातलगही तिला मदत करत नव्हते. अशा अवस्थेतच विलासचा मृत्यू झाला. FPA इंडियाचं कार्य त्या भागात चालू होतं. त्यांनी सुलुबाईची भेट घेतली. तिला तिची टेस्ट करून घ्यायला लावली. मुलाचीही टेस्ट करून घेण्याचा सल्ला दिला. सुलुबाईची टेस्ट पॉझिटिव्ह आली. मुलाची मात्र निगेटिव्ह आली. FPAने मुलासाठी नोकरी शोधण्याचा प्रयत्न केला. त्याला नोकरी मिळवून दिली. आईची काळजी घेण्यास सांगितले. आशाप्रकारे FPA इंडिया HIV/AIDS बाधित व्यक्तींच्या पुनर्वसनासाठी आणि त्यांना सामाजिक आधार मिळावा म्हणून कार्य करते.

पुण्यामध्ये राहाणाऱ्या गोरखनाथचा AIDS मुळे मृत्यू झाला. FPAच्या कार्यकर्त्यांनी गोरखनाथच्या बायकोला टेस्ट करायला लावली. ती पॉझिटिव्ह आली. त्यांनी तिला सकस आणि पौष्टीक आहार घेण्याविषयी सांगितले. तिच्या दोन मुलांना शिक्षणासाठी इतर संस्थांकडून मदत मिळवून दिली. AIDS मुळे मृत्यू पावलेल्या व्यक्तीच्या कुटुंबीयांना कार्पोरेशनकडूनही मदत दिली जाते त्याविषयी तिला माहिती दिली आणि मदतही मिळवून दिली.

विविध अंगांनी समाजाला उपयुक्त ठरावे अशा पद्धतीने FPAचं कार्य सतत चालू आहे.

परिशिष्ट ११

असोसिएशनचे योगदान- बोलकी आकडेवारी

- ५० च्या दशकात पहिल्या पंचवार्षिक योजनेत कुटुंबनियोजनाचा समावेश व्हावा म्हणून महत्त्वाची निर्णायक भूमिका
- ६० च्या दशकात लोकसंख्या शिक्षणाचा विद्यापीठातील अभ्यासक्रमात समावेश
- ७० च्या दशकात लैंगिकता शिक्षणासंबंधी शालेय व शालाबाह्य युवकांसाठी प्रबोधन
- ८०च्या दशकात सामाजिक एकत्रिकरण व महिला सबलीकरणासंबंधी विशेष प्रकल्प
- ९०च्या दशकात समग्र लैंगिक व प्रजनन आरोग्य यासंबंधी माहिती व सेवा (कुटुंबनियोजनासह) उपक्रम
- २००० च्या दशकात कुटुंबनियोजन केंद्र व सुदूर सेवांमध्ये एचआयव्ही एड्स कार्यक्रम, मूलाधार कार्यक्रम
- दरवर्षी सरासरी १२ लक्ष्य स्त्री-पुरुषांना लैंगिक व प्रजनन आरोग्य व हक्क आणि स्त्री-पुरुष समस्यासंबंधी माहिती व प्रबोधन.
- ५ लक्ष स्त्री-पुरुषांना कुटुंबनियोजन/माता-बालक स्वास्थ्यासंबंधी माहिती.
- ४ लक्ष स्त्री-पुरुषांना एचआयव्ही संबंधी माहिती.
- १.२० लक्ष स्त्री-पुरुषांना गर्भपातासंबंधी माहिती.
- १.२० लक्षांना कुमारवयीन प्रश्नांसंबंधी प्रबोधन.
- ७० हजार विद्यार्थ्यांना लैंगिक/प्रजनन आरोग्यासंबंधी माहिती.
- १.५० लक्ष शाळाबाह्य युवक-युवतींशी संपर्क.

सल्ला, सेवा–मार्गदर्शन

- १५००–१६०० गरजूंना सेवा. ५–६ लक्ष स्त्री–पुरुषांना ३० लाखांहून अधिक सेवा.
- १ ते १.३० लक्ष साधने वापरणारे (तत्काळ साधनांसहित).
- १३–१४ हजार महिलांना गर्भपात सेवा.
- ८०–९० हजार महिलांना प्रसूतीपूर्व, प्रसूतीनंतरच्या काळात सेवा.
- १०–२० हजार स्त्री–पुरुषांना एचआयव्ही/एड्ससंबंधी सेवा.
- ४०–५० हजारांना इतर प्रजनन आरोग्य सेवा.
- २५–३० हजार कुमारवयीनांना (१० ते १९ वर्षे) सेवा.

परिशिष्ट १२
निमा व असोसिएशनचा संयुक्त प्रकल्प

नॅशनल इंटिग्रेटेड मेडिकल असोसिएशन व फॅमिली प्लॅनिंग असोसिएशन ऑफ इंडिया ह्या दोन देश पातळीवर काम करणाऱ्या स्वयंसेवी संस्था होत. निमा वैद्यकीय क्षेत्रातील मिश्र आयुर्वेदीक पद्धतीचे शिक्षण घेतलेल्या डॉक्टरांची संस्था तर असोसिएशन १९४९ पासून भारतात कुटुंब नियोजनासंबंधी प्रबोधन, प्रशिक्षण, प्रसार करणारी देशव्यापी संस्था आहे.

१९७८ मध्ये या दोन्ही संस्थांनी एकत्र येऊन भारतातील वैद्यकीय व होमिओपॅथिक डॉक्टरांसाठी एक अभिनव प्रकल्प, कार्यक्रम करण्याचे ठरविले. ह्या कार्यक्रमामध्ये डॉक्टर्सनी प्रजनन व लैंगिक आरोग्य लोकसंख्या प्रश्न, कुटुंब नियोजन साधने व तत्संबंधी विषय ह्यासंबंधीची माहिती व ज्ञान अद्ययावत करण्याचा मुख्य हेतू होता. ह्या दृष्टिने पहिली परिषद ऑक्टोबर १९७८ मध्ये मुंबईत अयोजित करण्यात आली. ह्या परिषदेत मुंबईतील डॉक्टरांचा उत्साहवर्धक प्रेरक प्रतिसाद लाभला.

फॅमिली प्लॅनिंग असोसिएशन ऑफ इंडियाची भूमिका होती मार्गदर्शक, अभिनव प्रकल्पक व प्रेरक शक्ती देणारी. 'निमा' प्रकल्पांची अंमलबजावणी करणारी, सुकर-सुलभ सोयी पुरवणारी व एक दुव्याची (कॅटॅलिस्ट) होती. 'त्वरित कृती' हे होते परिषदेचे उद्दिष्ट व परिषदेचे नाव मुंबईतील यशस्वी परिषदेनंतर देशातील बंगलोर, वाराणसी, दिल्ली, अमरावती, कलकत्ता, नांदेड, जामनगर, राजकोट, बरेली, पुणे, विजयवाडा आदी छोट्या-मोठ्या १७ शहरात अशा स्वरूपाच्या परिषदा आयोजित करण्यात आल्या. अशा परिषदांमधून सहा हजाराहून अधिक डॉक्टरांचा सहभाग होता. सुयोग्य, हुशार डॉक्टरांना प्रगत प्रशिक्षण कार्यक्रमामधून वैद्यकीय व शस्त्रक्रियांची नवीन तंत्रकौशल्ये अवगत करून देण्यात आली. निवासी डॉक्टर, फॅमिली डॉक्टर व वैद्यकीय विद्यार्थी ह्यांचेसाठी विशेष कार्यक्रमाची सोय, सुविधा

अंमलबजावणी करण्यात आली. महाराष्ट्रातील सर्व जिल्ह्यात १४ डिसेंबर १९८६ हा दिवस कुटुंबनियोजन दिन म्हणून 'निमा'च्या कृतीसमितीने साजरा करण्याचे निश्चित केले. 'सुखी कुटुंबासाठी त्वरित कृती' ह्या दिनाचा प्रमुख विषय होता. महाराष्ट्रातील निमा, फॅमिली प्लॅनिंग असोसिएशन ऑफ इंडिया, महाराष्ट्र शासन स्थानिक वैद्यकीय संस्था, वैद्यकीय महाविद्यालये, सामाजिक संघटना, नामवंत कार्यकर्ते ह्यांच्या साहाय्याने हा दिन उत्साहात, जनसामान्यांची चळवळ म्हणून महाराष्ट्रात साजरा झाला. 'मुंबई प्रकल्पाने' प्रथम युनिसेफ, कामगार कल्याण केंद्र, महाराष्ट्र समाजकल्याण मंडळ, अभिनव केंद्र आदी संस्थांबरोबरही काम केले. इंजेक्टिबल साधन साठी कृतीशिल साहाय्य दिले. निमा-असोसिएशन संयुक्त उपक्रमाचा रौप्य महोत्सवी कार्यक्रम ३ ऑक्टोबर २००४ रोजी एकाच वेळी महाराष्ट्रातील १५ निमा शाखांमधून स्थानिक आरोग्य अधिकारी, स्थानिक वैद्यकीय महाविद्यालयांतील अध्यापक आणि अन्य वैद्यकीय संस्थांच्या साहाय्याने पार पडला. असोसिएशनचे माजी अध्यक्ष डॉ. एम.सी. वत्स व निमाचे समन्वयक डॉ. एस.आय. नागपाल हे प्रकल्पाचे आधारस्तंभ होत.

परिशिष्ट १३
श्रीमती आवाबाई वाडिया
असोसिएशनच्या अध्यक्ष १९६४ - १९९९

२३ जुलै १९४९ रोजी मुंबईत फॅमिली प्लॅनिंग असोसिएशन ऑफ इंडिया या स्वयंसेवयी संस्थेची स्थापना झाली. कुटुंबनियोजन ह्या महत्त्वाच्या राष्ट्रीय कार्यक्रमासाठी स्थापन झालेली ही पहिली स्वयंसेवी संस्था होय. ह्या संस्थेच्या स्थापनेसाठी ज्येष्ठ समाजिक कार्यकर्त्या श्रीमती धनवंती रामराव ह्यांचेबरोबर श्रीमती आवाबाई वाडिया यांचा मोलाचा, लक्षणीय वाटा होता, पुढाकार होता. १९४९ ते १९६४ ही पंधरा वर्ष श्रीमती वाडिया ह्यांनी मानद कार्यवाह पदाची धुरा समर्थपणे सांभाळली.

'इंटरनॅशनल प्लॅन्ड पेरेंटहूड फेडरेशन' ह्या कुटुंबनियोजनासाठी इतर देशात काम करणाऱ्या स्वयंसेवी संस्थांच्या फेडरेशनची २९ नोव्हेंबर १९५२ रोजी स्थापना झाली. प्रारंभी ८ देशांमधील स्वयंसेवी संस्था फेडरेशनच्या सदस्य होत्या. आज साठ वर्षांनंतर १८०हून अधिक देशांमधील संस्था फेडरेशनच्या सदस्य आहेत. असोसिएशनच्या संस्थापक अध्यक्ष श्रीमती धनवंती रामाराव यांनी १९४९-१९६४ असोसिएशनच्या अध्यक्षपदाची जबाबदारी कुशलतेने पार पाडली. श्रीमती रामाराव फेडरेशनच्या अध्यक्षपदी निवडून आल्या तेव्हापासून असोसिएशनच्या अध्यक्षपदाची धुरा श्रीमती आवाबाई वाडिया ह्यांनी सलग ३४ वर्षे समर्थपणे विशेष कर्तबगारीने, द्रष्टेपणाने सांभाळली. ह्या काळात असोसिएशनच्या शाखा भारतातील १५हून अधिक राज्यात स्थापन झाल्या. लोकसंख्या शिक्षण, ग्रामीणविकास, कुटुंबनियोजन प्रकल्प इत्यादी कर्नाटक, उत्तरप्रदेश, मध्य प्रदेश, आदी राज्यांत सुरू झाले. असोसिएशनच्या कामासाठी श्रीमती वाडिया यांनी देशभर प्रवास केला. राज्यशासन, स्वयंसेवी संस्था, कार्पोरेट कंपन्या, ह्यांच्या पदाधिकाऱ्यांना भेटून असोसिएशनसाठी आर्थिक, तांत्रिक साहाय्य मिळवून नवीन प्रकल्प सुरू केले. श्रीमती वाडिया सहा वर्षे फेडरेशनच्या अध्यक्ष होत्या (१९८२-८८). त्या निमित्ताने जगभर अनेक आंतरराष्ट्रीय परिषदांना

उपस्थित राहून चर्चासत्रे, परिसंवादात त्यांनी महत्त्वपूर्ण वैचारिक योगदान दिले. लोकसंख्या प्रश्न, कुटुंबनियोजनासंबंधी भारत सरकारने नेमलेल्या अनेक समित्यात सदस्य म्हणून त्यांनी लक्षणीय कामगिरी बजावली.

१९५४ मध्ये सुरू झालेल्या 'द जर्नल ऑफ फॅमिली वेलफेअर' ह्या असोसिएशनच्या त्रैमासिकाचे त्यांनी संपादकत्व कौशल्याने सांभाळले आणि त्या नियतकालिकाला राष्ट्रीय व आंतरराष्ट्रीय दर्जा प्राप्त करून दिला. शहर, राज्य, देश, आंतरराष्ट्रीय पातळीवरील २५ हून अधिक पुरस्कार, पारितोषिके, मान-सन्मान श्रीमती आवाबाई वाडिया यांनी संपादन केले. १८ सप्टेंबर १९१३ रोजी कोलंबो येथे जन्मलेल्या आवाबाई मेहता ह्यांच्या जडण-घडणीत त्यांच्या आईवडिलांचा मोलाचा वाटा आहे. त्यांचे पती बोमनजी वाडिया यांनी आवाबाईंच्या कार्यात महत्त्वपूर्ण साथ दिली. लंडनमध्ये अध्ययन करत असताना व नंतरही त्यांनी आपल्या वक्तृत्वाने सभा, चर्चासत्रे गाजवली. मुंबई- अखिल भारतीय महिला परिषदेच्या कामात व असोसिएशनच्या वाढीत कर्तृत्व दाखविले. असोसिएशनचे नेतृत्व ३४ वर्षे जबाबदारीने, कुशलतेने सांभाळले. "The Light is ours" हा ७०६ पृष्ठांचा आत्मकथनपर ग्रंथ वयाच्या ८८व्या वर्षी लिहिला व फेडरेशनने तो प्रकाशित केला. ईश्वरकृपेने लाभलेले दीर्घायुष्य आवाबाईंनी कुटुंबनियोजनासाठी वेचलं आणि इच्छापत्रात कुटुंबनियोजन, माता स्वास्थ्य व बालआरोग्यासाठी रु. आठ कोटी देणगी म्हणून असोसिएशनला दिले. वक्तृत्व, कर्तृत्व, नेतृत्व व दातृत्वाचा असा हा विरळा संगम त्यांच्या व्यक्तिमत्वात होता. ११ जुलै २००५ रोजी 'विश्व जनसंख्या दिनी' आवाबाई वाडिया काळाच्या पडद्याआड गेल्या. आवाबाई वाडिया यांच्या प्रेरक स्मृतीस विनम्र अभिवादन.

परिशिष्ट १४
कुटुंबनियोजन कार्याविषयी माहिती देणारे पत्र

दि. २ जून २००४

मा. डॉ. मनमोहन सिंग,
पंतप्रधान, भारत सरकार,
नवी दिल्ली – ११० ०११

मा. पंतप्रधान,

भारताच्या पंतप्रधानपदावर आपली नियुक्ती झाल्यानिमित्त मी आपले हार्दिक अभिनंदन करते. आपल्या नेतृत्वाखाली भारत आता प्रगतीपथावर वाटचाल करणार आहे. या पदासाठी आपल्याइतकी योग्य व्यक्ती मिळणे हा दुर्मिळ योग आहे. आम्हा कोट्यवधी भारतवासियांच्या शुभेच्छा व पाठबळ आपल्यामागे आहेच!

मला सोनिया गांधी यांच्या त्यागाचे, सूज्ञतेचे, विवेकाचे आणि राजकीय चातुर्याचे कौतुक वाटते. या भारतकन्येप्रती आम्हास खूप अभिमान व कृतज्ञता वाटते हे मी येथे नमूद करू इच्छिते.

आपल्या सरकारने जाहीर केलेल्या 'किमान समान कार्यक्रमा'विषयी माझे वैयक्तिक मत आपल्याला कळविण्यासाठी मी हा पत्रप्रपंच करीत आहे. 'किमान समान कार्यक्रमाचा' आवाका खूप मोठा आहे. 'महिला व मुले' या शीर्षकांतर्गत या कार्यक्रमात असे लिहिले आहे की,

'कुटुंबनियोजनाच्या कार्यात दक्षिणेकडील काही व इतर राज्यांनी जे यश मिळवले आहे ते स्पृहणीय आहे. त्यांच्याप्रमाणेच हा कार्यक्रम देशभरात यशस्वी व्हावा असे सरकारला वाटते. त्यासाठी, लोकसंख्या नियंत्रणाचे (Cantrol) विशिष्ट लक्ष्य (Target) ठरवून १५० जिल्ह्यांमध्ये हा कार्यक्रम राबवला जाईल. हे १५०

जिल्हे लोकसंख्या वाढीचा दर जास्त असलेले जिल्हे आहेत. कुटुंबनियोजन कार्यक्रम यशस्वीरीत्या राबवणारी राज्ये या कार्यक्रमात गोवली जाणार नाहीत.'

देशातील महत्त्वाच्या कार्यक्रमांमध्ये 'कुटुंबनियोजन' कार्यक्रम अग्रभागी गणला गेला हे चांगले झाले. या कार्यक्रमाची उत्तम अंमलबजावणी करणाऱ्या दक्षिणेकडील व इतर राज्यांच्या यशस्वितेची शासनाने दखल घेतली हेही स्वागतार्ह आहे. परंतु 'विशिष्ट लक्ष्य (Target) ठरवलेला, 'लोकसंख्या नियंत्रण (Population Control) कार्यक्रम' ही भाषा, शब्दप्रयोग अप्रस्तुत वाटतात. लक्ष्य व नियंत्रण हे शब्द पूर्वीच्या कटु आठवणी जाग्या करतात. त्यावेळी कुटुंबनियोजनासारखा अतिसंवेदनशील व सर्वसमावेशक असा देशव्यापी कार्यक्रम राबवताना 'लक्ष्य (Target) व नियंत्रण (Control) ' या संज्ञा निष्प्रभ ठरल्या होत्या आणि त्यांच्या पूर्तीसाठी झालेली जबरदस्ती व अतिरेक असह्य होता.

आता गेल्या काही वर्षात ही भाषा आणि कार्यपद्धती दोन्ही काळाच्या पडद्याआड गेल्या आहेत. आता 'मानवी चेहरा (ह्यूमन फेस - आपणही ज्याला महत्त्वाचे मानले आहे.) तो प्रकर्षाने विचारात घ्यायला हवा. माहितीचा अधिकार, योग्य सेवा सुविधा मिळण्याचा अधिकार आणि उपलब्ध पर्यायांमधून मिळालेल्या माहितीच्या आधारे योग्य पर्याय निवडून स्वेच्छेने कुटुंबनियोजन करणे हे त्या 'मानवी चेहऱ्या'शीच संबंधित आहे. माझ्या आणि माझ्याप्रमाणेच या क्षेत्रात काम करणाऱ्या कार्यकर्त्यांचा असा ठाम विश्वास आहे की कुटुंबनियोजन हा स्वतंत्रपणे राबवण्याचा कार्यक्रम नाही. एकमेकांशी निगडित असलेल्या अनेक कार्यक्रमांच्या विशाल समूहाचा तो एक भाग आहे. या समूहामध्ये सुरक्षित मातृत्व, अर्भक आणि बालक जीवन, सर्वांसाठी शिक्षण, मुलींना योग्य स्थान, महिला प्रशिक्षण व सबलीकरण, कुमारावस्थेतील मुलांच्या गरजा ओळखणे व त्या पूर्ण करणे आणि याशिवाय, पाणीपुरवठा, स्वच्छता, रस्तेबांधणी, वीजपुरवठा, ग्रामसुधार असे अनेक पायाभूत कार्यक्रम-या सर्वांचा समावेश आहे. सर्वकष विकास कार्यक्रमाचा 'कुटुंबनियोजन' हा एक भाग आहे. लोकसंख्या आणि विकास एकमेकांशी निगडित आहेत. त्यामुळे दोन्हींसाठी समपातळीवर काम करण्याची आवश्यकता आहे.

किमान समान कार्यक्रमात दर्शवल्याप्रमाणे जन्मदर खूप जास्त असलेल्या १५० जिल्ह्यांमध्ये लोकसंख्या नियंत्रण कार्यक्रम मुख्यत्वे राबवला जाईल हे ठीक आहे. परंतु ह्या जिल्ह्यांमधील परिस्थितीचा आढावा घेतला तर निराशाजनक चित्र दिसते. ह्या जिल्ह्यांमध्ये माता-बालमृत्यूप्रमाण जास्त आहे. शिक्षणाच्या क्षेत्रात खूप त्रुटी

आहेत, स्त्रियांना सामाजिक स्थान वा दर्जा नाही, स्त्रियांना कोणतेच अधिकार नाहीत. सामाजिक व आर्थिक दृष्टीने हे जिल्हे खूप मागासलेले आहेत. त्यामुळे त्या दृष्टीने विकास होण्यासाठी सर्वंकष उपाययोजना होणे आवश्यक आहे. नुसत्या 'लोकसंख्या नियंत्रण' कार्यक्रमावर भर देणे योग्य होणार नाही. या जिल्ह्यांमध्ये स्वयंसेवी संस्था अभावानेच आढळतात. नागरिकांचा सामाजिक पातळीवरील सहभाग नगण्य आहे. स्वमदत गट किंवा बचत गट आणि तशा प्रकारचे स्वयंसेवी प्रयत्न करण्यासाठी जनतेला उत्तेजन द्यायला हवे, जरूर ते साहाय्य करायला हवे.

मला अशी आशा आहे की या कार्यक्रमाची अंमलबजावणी करताना शासनाकडून जनतेला एक नवी प्रेरणा मिळेल आणि त्यायोगे 'मानवी चेहरा' या कार्यक्रमाच्या केंद्रस्थानी राहण्यास मदत होईल. जनतेला योग्य माहिती व मार्गदर्शन तसेच दर्जेदार आरोग्य-सुविधा उपलब्ध करून देता येतील. आरोग्य सुविधांमध्ये कुटुंबनियोजनाचा समावेश असल्याने कुटुंबनियोजनाची गरज व महत्त्व लोकांपर्यंत पोहोचेल आणि या कार्यक्रमात जनता सहभागी होईल.

'राष्ट्रीय लोकसंख्या धोरण' (२०००) यामध्ये एका सर्वसमावेशक कार्यक्रमाचा आराखडा सादर केला गेला होता. त्याचे स्वरूप व प्रक्रिया याविषयी उपयुक्त मुद्दे सांगितले होते.

माझ्या या पत्राच्या अखेरीस मी नमूद करू इच्छिते की 'कुटुंबनियोजन व लोकसंख्याविषयक प्रश्न' या क्षेत्रात मी गेली ५० वर्षे स्वयंसेवी कार्यकर्ती म्हणून कार्यरत आहे. भारतीय कुटुंबनियोजन संस्था (Family Planning Association of India) व आंतरराष्ट्रीय नियोजित-पालकत्व मंडळ (International Planned Parenthood Federation) या दोन संस्थांची मी संस्थापक सदस्य असून, शासनाबरोबर मी बरेच काम केलेले आहे. त्यामुळे हा राष्ट्रीय कार्यक्रम राबवणे व यशस्वी करणे यासंबंधी माझ्या मनात खूप आस्था व कळकळ आहे.

पुन्हा एकवार आपले अभिनंदन व आपणास हार्दिक शुभेच्छा!

आभार!

आपली नम्र

आवाबाई बी. वाडिया

मानद अध्यक्ष - FPAI, IPPF

परिशिष्ट १५

असोसिएशनची विद्यमान केंद्रिय कार्यकारी समिती

२०१२-२०१४

अध्यक्ष – श्रीमती सुजाता नटराजन (चेन्नई)

उपाध्यक्ष – प्रो. श्रीमती पूर्णिमा जॉर्ज (बिदर)
श्रीमती फ्रेनी तारापोर (पुणे)
श्री. विजय गोसाई (राजकोट)
श्री. एम. आर. उमेश आराध्य (शिमोगा)

मानद खजिनदार – डॉ. के. शेषगिरी राव (मुंबई)
डॉ. श्रीमती मीरा दावर (ग्वाल्हेर)

निर्वाचित सदस्य – प्रो. डॉ. नटराजन (दिंडीगल)
डॉ. श्रीमती मधु गुप्ता (लखनौ)
डॉ. शिरीष माल्डे (मुंबई)
कुमारी सारा नुह (नागालँड)
श्रीमती ॲनी एफ.सी.थॉम्प्सन (निलगिरी)
श्री. आर.के सोना (यमुनानगर)

युवा सदस्य – श्री. सरफराझ हुसेन (धारवाड)
कु प्रिया कथ (मोहाली)

आश्रयदाते – डॉ. श्रीमती नीना पुरी
डॉ. एम.एन. तावरगेरी
डॉ. आर. सोनावाला